AF742651

புயல்

தொ.மு.சி. ரகுநாதன்

Title: Puyal

Author: T. M. C. Ragunathan

Language: Tamil

First Published on: 1945

Year of Publication: 2025

Book Format: Paperback

*Page Size: 6inch * 9inch*

Category: Fiction

Subject: Novel

No. of pages: 142

ISBN: 978-81-990343-6-5

Published by: Nilan Publishers, Madurai, Tamilnadu, India

Copyright © Nilan Publishers, 2024

பொருளடக்கம்

குறிப்புகளுக்காக

பதிப்புரை

இந்த நாவல் ஆசிரியர் ரகுநாதன் அவர்களின் கன்னி முயற்சி; முதல் நாவல். இளம் பெண் ஒருத்தியின் மென்மையான மனோ உணர்ச்சிகளையும் உணர்ச்சிப் போராட்டங்களையும் கவிநயத்தோடு சித்திரிக்கும் இந்த நாவல் முதன்முதலாக வெளிவந்தபோதே, தமிழுக்கு ஒரு நல்ல எழுத்தாளர் கிடைத்து விட்டார் என்பதை உணர்த்துவதாக அது அமைந்தது. அடுத்தடுத்துப் பல பதிப்புக்களைக் கண்டுள்ள இந்த நாவலை, எங்களது ரகுநாதன் நூல்கள் வரிசையில் மீண்டும் எங்களது பதிப்பாக வெளிக்கொணர்வதில் நாங்கள் மகிழ்ச்சியடைகிறோம்.

மதுரை

24—11—80

செ. செல்லப்பன்.

புயல்

அத்தியாயம் : 1

சாளரத்தின் ஓரத்தில் கிடந்த பெட்டியின் மீது அமர்ந்தவாறே, வானைப் பார்த்திருந்தேன்.

வானில் வெள்ளிப் படகுபோல, வளர்பிறை மிதந்து சென்று கொண்டிருந்தது. படகைச் சுற்றி வைடூரிய மணிகளைப் போல மினுங்கிக் கொண்டிருந்தன தாரகைகள். பூஞ்சோலையில் பூத்த வர்ணப் பூக்களைப் பார்வையிட்டவாறே செல்லும் ஒரு அரசகுமாரியைப் போல, மெதுவாக நடை பழகிச் சென்றது நிலவு. குதூகலத்தில் என்னையுமறியாமல், துள்ளிக் கொண்டிருந்த என் மனத்திற்கு, அது அழகான இன்பக் கனவுகளையெல்லாம் பெருக்கிக் காட்டிக் கொண்டிருந்தது. அமைதியும் மகிழ்ச்சியும் மனத்தில் துளும்பிற்று. திடீரென ஒரு மேகம், கன்னங் கறுத்து, வெள்ளிப் படகை மூழகடிக்க வரும் பிரமாண்டமான அலை மாதிரி விரைந்து வந்தது.

வெளி முற்றத்தில் அம்மாவும் அப்பாவும் பேசிக் கொண்டிருந்தார்கள். பேச்சு என்னமோ என்னைப் பற்றித்தான் என்று அறிந்து கொண்டேன். என்னையுமறியாமல் ஒரு உணர்ச்சி அந்தப் பேச்சைக் காது கொடுத்துக் கேட்கத் தூண்டிற்று. வானை நோக்கி லயித்திருந்த மனத்தை முற்றத்திற்குத் திருப்பினேன்.

அப்பா சாய்வு நாற்காலியில் சாய்ந்திருந்தார். பக்கத்திலே அம்மா வெற்றிலை மடித்துக் கொடுத்துக் கொண்டிருந்தாள். அவளது நோக்கும் இருப்பும் அப்பாவின் மீதே பதிந்திருந்தன.

முன் தோன்றிய தேவதையின் வாயிலிருந்து வரக்கூடிய வரத்தை எதிர்நோக்கும் தபசியைப் போல அவள் இருந்தாள்.

“எனக்கும் முன்னாமே வைத்து அதே எண்ணந்தான். நம் ரஞ்சனிக்கேற்ற மாப்பிள்ளைதான் அவன்” என்றார் அப்பா.

“பையனுக்கென்ன? அழகும், தகுதியும் நிறைந்து கிடக்கிறது. ஆனாலும் நம் ரஞ்சனியைக் கட்டக் கொடுத்து வைக்க வேண்டுமே” என்றாள் அம்மா.

“பையன் பி.ஏ. படிக்கிறான். அவன் அம்மா அப்பாவுக்கு இந்த விடுமுறையிலேயே கலியாணத்தை முடித்து விட வேண்டும் என்று ஆசை. படிப்பிலேயும் மிகவும் சூட்டிகமுள்ளவன்; எப்படியும் இந்த வருடம் தேறிவிடுவான். பிறகு ஒரு சிரமமுமில்லை. நம் கடனும் தீர்ந்ததென்று இருக்கலாம்” என்றார் அப்பா.

“பி.ஏ. படிக்கிறவர். எனக்கும் முன்னமே வைத்து அதே எண்ணந்தான்” - இந்த வார்த்தைகள் என் மனத்திற்கு ஒரு சிறந்த குதூகலத்தை ஊட்டிற்று.

‘அவரும்’ பி.ஏ. படிப்பவர்தானே? அவரும் அழகுடையவர்தான்; தகுதிக்கும் குறைவில்லை. அப்பா குறிப்பிட்டவர் மட்டும் அவராயிருந்தால்... சே! அவராய்த் தான் இருக்க வேண்டும். இந்தப் பாழும் மனம் என்னவோ அடிக்கடி அலைப்புறுகிறது.

அவர்கள் பேச்சு ஓயவில்லை. நானும் அவர்கள் பேசுவதைக் கேட்டேன்.

“எதற்கும் சந்திரசேகரன் இந்த விடுமுறையில் ஊருக்கு வரும்போது அவனிடமே கேட்டுத் தெரிந்து கொள்ளுகிறது.”

என் மனம் துள்ளியது: “சந்திரசேகரன்!” எனது தாரக மந்திரம்! அவர் தானா? அவர் மட்டும்...

ஆனால் - ?

“ஆமாம். சந்திரசேகரனும் அந்தப் பையனும் ஒன்றாய்த்தான் படிக்கிறார்களாம். மற்றவர்களிடமிருந்து தெரிந்து கொள்வதை விட, சிநேகிதனிடம் கேட்பதில் எவ்வளவோ செய்திகள் தெரிந்துவிடுமல்லவா?” என்றார் அப்பா.

என் மனது சுழன்றது. இவ்வளவு நாளும் நான் கனவு கண்டதெல்லாம் மண்ணோடு மண்ணாய் மக்கிப் போய்விட்டது. எனது மனத்தில் இவ்வளவு நாளும் வைத்துப் போற்றி வரும் தெய்வத்தை அகற்றி, வேறொன்றை அமர்த்தச் சதி நடக்கிறது!

என் கண்கள் கலங்கின.

நீர்த்திரை மூடிய கண்களால் வானைப் பார்த்தேன். அந்தக் கருமேகம் சந்திரனுடைய ஒளியைப் பரிபூரணமாக மறைத்துவிட்டது. ஒரே இருள்! என் மனத்திலும் அப்படித்தான். என் மனத்தை இருள வைத்த மேகம் விலகுமா? என் சிந்தனை சுழன்றது...

“கல்யாணம்” - அதை நினைக்கும் போது ஆகாயக் கோட்டைகள் கட்டும் என் மனம் விம்முகிறது. ஆகாயக் கோட்டைகள் யாரும் கட்டலாம். ஆனால் அடிப்படைதான்

பலமாயிருக்க வேண்டும் என்பதையே மறந்து விடுகிறது. கல்யாணம் ஆனந்தகரமானதுதான். ஆனால், பிறர் இருந்து அதை ஒரு கடனாகச் செய்ய முனையும்போது, அதனுடைய சுவையே கெட்டுப் போய்விடுகிறதே. என்னைப் போன்ற ஒரு பெண்ணின் வாழ்க்கைக் கடலின் எவ்வலையும், அமைதியையும் நிர்ணயிக்கக்கூடிய சக்தி அதற்குத்தான் உண்டு. ஆயினும், எனது பெற்றோர்களைப் போல, பிறர் அதை ஒரு கடமையாகப் பாவித்து, நிர்ப்பந்தத்துக்கு உட்படுத்தும் போது, அது தன் தெய்வீக சக்தியையே இழந்துவிடுகிறது.

என் மனத்தில் கொந்தளிப்பு ஏற்பட்டது. இவ்வளவு நாளும் ஆனந்தப் பூர்ணிமையின் அமுத கிரணங்களின் தழுவலிலே ஆனந்தமாக, அமைதியாக இருந்த என் மனத்தில் இன்று பரபரப்பு ஏற்பட்டது.

“ரஞ்சி! ரஞ்சி!” - இது அம்மாவின் குரல்.

“என்னம்மா” என்றேன், அடைபட்ட தொண்டையைத் திறக்க முயன்று.

“வாசலிலே யாரோ ஒருவன் பிச்சை கேட்கிறான். கொஞ்சம் பழையது இருந்தால், கொண்டு வந்து போடு” என்று சொன்னாள், வாஞ்சையோடு. அந்த வாஞ்சை எனது இதயத்தை முன்போல் தொடக்கூட இல்லை; என் இதயம் தன் வாசலைச் சாத்திக் கொண்டது.

சிறு கோப்பையில், கொஞ்சம் சாதம் எடுத்துக்கொண்டு நடைப்பக்கம் போனேன். நான் கொண்டு வரும் நாலைந்து பருக்கைக்காக ஏக்கத்துடன் நின்றுகொண்டிருந்த அந்த ‘அன்னக்காவடி’ என்னை வரவேற்றான், “மகராசி, நீ

நல்லாயிருக்கணும்'' என்ற வார்த்தைகளால். அதில் ஏதேனும் அர்த்தமிருந்ததோ, என்னவோ?

அவனது தோளில் கிடந்த காவடியின் வெண்கல மணி உடைந்து போயிருந்தது. அந்த மணியடிக்கும் போது, மோன நிலையிற் பொருமும் பேதையின் நினைவுதான் எனக்கு வந்தது. 'கணீர் கணீர்' என்று ஒலிக்கக் கூடிய சக்தியை அது எப்போது இழந்ததோ?

அவன் கையில் ஹரிக்கேன் விளக்கு. அப்பா! அதை அவன் விளக்கி, எவ்வளவு நாட்களாயிற்றோ? சிமினி யெல்லாம் ஒரேயடியாய்ப் புகை மண்டிக் கிடந்தது. அந்தச் சிமினியின் உள் மினுங்கிய சுடர் தனது ஒளியை விரிக்க முடியாது தவித்தது.

என் மனமும் அப்படித்தானிருந்தது. என்னுடைய பெற்றோர்களின் எண்ணம், எனது இதயத்தில் எரிகின்ற ஒளியை மறைத்து அணைக்க முயல்கிறது. என் பேதையுள்ளம் அந்த இதயத்தினுள்ளேதான் வட்டமிட முடியும். அந்த உள்ளத்தைத் திறந்து வேறு யாருக்கும் காட்ட இயலாது. அப்படியே காட்ட முயன்றாலும், அது பிறருடைய மனத்திலும் பதியுமா என்பது சந்தேகம். ஆமாம், தனது உள்ளத்தின் ஒலியை 'கணீர்' என்று வெளிக்குக் காட்ட முடியாமல் ஏங்கும் அந்த உடைந்த வெண்கல மணிக்கும் எனது உள்ளத்திற்கும் என்ன வித்தியாசம்?

பிச்சைக்காரன் தெருக் கோடியைக் கடந்து செல்லும் வரையிலும் நான் நின்றேன். இருளின் நிழல் போன்ற அவனுருவம் மறைந்த பிறகுதான் நான் வீட்டிற்குள் வந்தேன். நேராகப் படுக்கைக்குப் போய்ப் படுத்துக் கொண்டேன். உள்ளமும் கண்களும் கலங்கிக் கொண்டேயிருந்தன.

படுக்கையில் படுத்தவாறே, வெளியே நோக்கினேன். வானம் இன்னும் இருண்டுதான் இருந்தது. அந்த இருண்ட வானத்தின் மோன அமைதியிலே, ஏதேனும் சாந்தி கிடைக்குமா என்று என் கண்களும் மனமும் துழாவின.

மனம் சாந்தியடையவில்லை. கொந்தளிப்பு அதிகமாயிற்று. கலங்கிய என் கண்களிலிருந்து, சூடு பொருந்திய கண்ணீர் காதை நோக்கி வழிந்தோடிற்று. என் மனத்தில் என்னவோ ஒன்று, கண்ணீரை நிறைய பெருக்கிக் கொட்ட வேண்டும் என்று தூண்டிக் கொண்டிருந்தது. அந்த நினைப்பே வற்றாத நீரூற்றுப்போல, கண்ணீரைப் பாய்ச்சிக் கொண்டிருந்தது. உண்மை! கண்ணீரைப் பெருக்குவதால், நைந்த மனத்துக்கு, சிறிது ஆறுதல்கூட ஏற்படுகிறது. உள்ளுக்குள்ளேயே கொந்தளிக்கின்ற துயரம் கண்ணிலிருந்து புறப்படும் கண்ணீருடன் கலந்து, சிறிதளவு குறையத்தான் செய்கிறது. கண்ணீர், துக்கத்தைக் கரைத்துவிடும் திராவகமோ என்னவோ?

பனி படர்ந்தது போலிருந்தது எனது பார்வை. நீர்த்திரை படர்ந்த என் கண்கள் அவ்விருளை ஊடுருவிப் பார்க்கும்போது, சிந்தனை, அவிழ்த்துவிட்ட கன்றைப் போல, எங்கெல்லாமோ பாய்ந்து, துள்ளிக் கொண்டிருந்தது.

- அப்பாவும் அம்மாவும் தெய்வங்கள்தான். ஆனால், தெய்வம் மனிதனுக்குத் தேவையானது - நியாயமாகத் தேவையானது எது என்பதை அறியாது தான் விரும்பியதையே அளிக்கக் கூடியதாயிருந்தால், அதனால் சமூகத்துக்கு என்ன பலன்?

- திறந்து காட்ட முடியாத உள்ளத்தைப் பெண்களுக்குப் படைத்துவிட்டு கடவுள் ஏன் அவர்களது மனத்தில் அமுத அலைகளை வீசும் உணர்ச்சிகளையும் உண்டாக்கினார்?

- வாழ்க்கை என்பதே ஏமாற்றந்தானா?

இப்படி யெல்லாம் சிந்தனையலைகள் ஏறியிறங்கின. நான் அப்படியே படுத்திருந்தேன். இந்தத் துயரத்தின் வேளையிலும், எனக்குப் பழக்கமான அந்த முகம் என் கண் முன் இருளைப் பிளந்த மின்னல் போல ஒளி தந்தது. அம் முகந்தான் என் மனதுக்குச் சாந்தியளிக்க முயன்றது.

திறந்திருந்த என் கண்களை மூடியவாறே, அந்த உருவத்தைப் பார்க்கச் சாத்தியமாயிருந்தது. சாந்தியளிக்க சக்தியுள்ளதாகக் கருதும் அந்த முகத்தை நான் கவனித்தவாறே இருந்தேன். என் உள்ளத்தை நிறைத்து நின்றது, அந்த முகம்! அந்த முகம்! அந்த...

நான் எப்படியோ தூங்கிப் போய்விட்டேன்.

அத்தியாயம் : 2

கண்ணைத் திறந்தேன். விடிந்திருந்தது. மேல் காலெல்லாம் ஒரேயடியாய் வலியெடுப்பது போல இருந்தது. துன்பகரமான நினைவுகள் உடலைக்கூட பாதிக்கும் போலும்!

சோம்பல் முறித்துக்கொண்டே, வெளியே எழுந்து வந்தேன். அம்மா வீட்டு முற்றத்தில் நின்று ஈரச்சேலையைப் பிழிந்து கொண்டிருந்தாள். எனதுள்ளத்தையே பிழிந்து, அதிலுள்ள உயிரையே வடிப்பது போலிருந்தது. அம்மா எப்பொழுதுமே, அருணோதயத்திலேயே எழுந்துவிடுவாள். குளிப்பு முழுக்குகளையெல்லாம் சீக்கிரமே முடித்துவிட்டுப் பிரார்த்தனை செய்வாள். அதன்பின்தான் மற்றைய வேலைகள்.

அம்மாவைக் கண்டதும் எனக்குத் திகிலடித்தது. முந்தின இரவு நடந்த உரையாடல் காதில் 'கண் கண்' என்று ஒலித்துக் கொண்டிருந்தது. அம்மாவைக் காணவே, எனக்குக் கூச்சமாயிருந்தது. அது எதனால் என்று இன்னும் எனக்குப் புரியவில்லை. கண்களில் இருந்த வேதனை இன்னும் தெளியவில்லை.

"ரஞ்சி, ஏனடி, கண்ணெல்லாம் ஒரேயடியாய்ச் சிவந்திருக்கிறதே! இரவு நன்றாய்த் தூங்கவில்லையா?" என்று பரிவோடு கேட்டாள். தாயுள்ளத்தின் அன்பொலி அதில் தொனித்தது; ஆனால் என்னுள்ளத்தைத் தொட, அதற்குச் சக்தி போதவில்லை. எனது கண்களில் மிதந்த கலக்கத்தை அம்மா அறிந்து கொண்டாள் என்று எண்ணும்போதே, எனக்கு என்னவோ பண்ணிற்று. ஏதோ சாக்குக் கூறித் தப்ப முயன்றேன்.

“ஒன்றுமில்லையம்மா, கொசுக்கடி தாங்க முடியவில்லை” என்றேன், என்னையும் அறியாது.

மனிதனது உள்ளுணர்வு, சமயங்களில், அவனைத் தன் சொந்த சாமர்த்தியத்தால் கூடக் காப்பாற்றி விடுகிறது. ஆச்சரியந்தான்!

“கதவைத் திறந்து போட்டுப் படுத்துக் கொள்ளாதேயென்று, எத்தனை தரம் சொன்னேன்? வேண்டுமென்றால், கொசுவலையைக் கட்டிக்கொள்கிறது” என்று உபதேசம் பண்ணிவிட்டு அம்மா கிளம்பினாள்.

உற்சாகமற்ற மனத்தோடு, நான் குளித்துவிட்டு வந்தேன். முற்றத்தில், அம்மா ஜெபமாலை உருட்டிக் கொண்டிருந்தாள். ‘சிவ சிவ’ என்று அவள் அந்த மணிகளை உருட்டும்போது, அவளது மனம் எவ்வளவு நிச்சிந்தையாய் இருந்திருக்கும்?

ஆனால், பாவி என் மனமோ?

நானும் அம்மாவைப்போல் எனது உள்ளத்தில் ‘சந்துரு சந்துரு’ என்று தினம் தோத்திரம் பண்ணிக் கொண்டுதானிருக்கிறேன். ஆனால், அம்மா அந்த மணியை எண்ணுவதற்கும், எனக்கும் எவ்வளவு வேறுபாடு! ஒரு மணியில் ஆரம்பித்தால், நூற்றியெட்டு விநாடிகளுக்குள் அவளது கோரிக்கை நிறைவேறியதாகவே அம்மா கருதுகிறாள். ஒவ்வொரு நாளையும் ஒவ்வொரு மணியாக எண்ணிகிற எனது காலமும் கோரிக்கையும் தண்டவாளங்களின் போக்கு மாதிரி நீண்டு கொண்டே போகிறதே!

நான் தினசரி உபயோகிக்கின்ற, எனது சிந்தனை மணிகளால் கோக்கப்பட்ட துளசிமாலை, இடையிலே எங்கேனும் அறுந்து தொங்குகிறதா?

அடுக்களையுட் புகுந்து, எனது காரியங்களைக் கவனிக்கத் தொடங்கினேன். என் மனத்தில் எழுந்த கவலைகள் எல்லாம் கொஞ்சம் மறைவதுபோலத் தோன்றின. வீட்டு வேலைகளில் நிறையப் பங்கெடுக்க வேண்டும் என்று உள்ளம் தூண்டுவது போலிருந்தது. 'விறு விறு' என்று ஒரு இயந்திரத்தைப் போல, எனது வேலைகளைச் செய்து கொண்டு போனேன். இடையிடையே என்னையுமறியாமல் ஏதோ ஒரு முகம் என் முன் தோன்றி என்னை பரிதபிக்கச் செய்தது. ஆனாலும், வீட்டு வேலை என் புண்பட்ட மனத்துக்கு ஆறுதல் அளித்தது. ஆம். தாங்க முடியாத துன்ப அலைகளை மட்டுப்படுத்த வேண்டுமானால், பல அலுவல்களுக்குள், தலையை நுழைத்துக் கொண்டிருப்பதுதான், எனது அனுபவத்தில் கண்டது.

எனது தந்தையும், தாயும் எனக்கென்று தீர்மானித்து வைத்திருக்கும் அந்த மனிதர் யார்? அவர் யாராயிருந்தாலென்ன? அவர் என் சந்துரு இல்லை. எப்படியும் அவர் வேறு மனிதர்தானே!

அம்மாவின் ஒவ்வொரு பேச்சும் எனது உடைமையைப் பறிப்பதுபோல இருந்தது. 'சந்துரு என்னுடையவர் தான்' என்று நான் மனத்தினுள் கட்டியிருந்த உறுதியையெல்லாம் சிதறவடிப்பதுபோல, அம்மா பேசினாள். சந்துருவுக்கு உடைமையான என்னை, வேறு யாருக்கோ தானம் வழங்குவதுபோல் இருந்தது. எனது உடைமையின் பிரமாண்டமான உருவம், என்னையுமறியாமல் வெயிலைக் கண்ட பனி போல் மங்கி மடிவதைக் காண, என்னால் தாங்கமுடியவில்லை. முதல் நாளிரவிலிருந்தே, அது கரைய ஆரம்பித்திருக்க வேண்டும்.

என் மனம் நிம்மதியடையவில்லை. காரணம், மனக் கவலைகளை மறக்கக்கூடிய சாதனம் தீர்ந்துவிட்டது. ஆம், வீட்டு வேலைகள் முடிந்துவிட்டன. அது எவ்வளவு நிம்மதியைத் தந்தது தெரியுமா?

ஆனால், அம்மா அப்பா இருவர்களின் ‘சதி’யைப் பார்க்கும்போது, என் மனம் சாந்தியை அள்ளித் தரும் ஒரு முகத்தையே எண்ணி அலைக்கழித்தது; அது ‘சந்துரு’வின் முகந்தான்.

எனக்கென்னமோ இந்த நிலையில் சந்துரு என் பக்கத்திலிருக்க வேண்டும். அவரைக் காணவாவது வேண்டும் என்று தான் தோன்றிக் கொண்டிருந்தது. “அந்த முகத்தைக் காணவேண்டும், காணவேண்டும்” என்பதுதான் என் உள்ளத்தின் சிந்தனை ஆக இருந்தது. என்னுள் உறைகின்ற ஏதோ ஒன்று, அந்த முகத்தைக் கண்டாலாவது, என் நெஞ்சை அழுத்திக் கொண்டு நிற்கும் பாரம் குறையும் என்று தூண்டிற்று. “சந்துரு! அவர் இப்போது எங்கே இருக்கிறார்? நானூறு மைல்களுக்கப்பால்! புத்தகங்களின் பக்கங்களுக்கிடையே தலையை விட்டுத் துன்பப்பட்டுக் கொண்டிருப்பார். பரீட்சையில் வெற்றி பெறப் பாடல்களை மனனம் செய்து கொண்டிருப்பார். நான் அவரது பெயரையும், உருவத்தையுமே மனனம் செய்கிறேன். ஆனால் இப்போது அவருக்கு என்னைப் பற்றிய நினைவாவது வருமா?”

ஆம். இவ்வளவும் நான் தனிமையில் இருந்து எண்ணியவைதான். தனிமை எவ்வளவு நல்லதோ, அவ்வளவு கெட்டதுங்கூட. ஆனால் தனிமையிலே மனம் ஆழவேண்டுமானால், சிந்தனை வேண்டும். ஆம். தனிமையில், சென்று மறைந்த இன்ப துன்பங்களைச் சிந்தனை பண்ணவேண்டும். அதிலேதான் ஆனந்தம்

பிறக்கிறது. சிந்தனை செய்வது எனது தொழிலாகிவிட்டது; அதில் எனது வாழ்வின் ஒரு பகுதி ஓட்டிக் கொண்டிருக்கிறது.

அன்றைக்குப் பொழுது எப்படிப் போயிற்றென்றே எனக்குத் தெரியவில்லை. வெளியே எட்டிப் பார்த்தேன். சூரியன் மலைவாயிலில் அமிழ்ந்து கொண்டிருந்தான். எனது நெஞ்சை விழுங்கிய இருள் போல, நான் மறைக்க எண்ணும் உள்ள உணர்வைப் போல இருள் கவிந்தது.

வான அரங்கில் சடைவிரித்தாடும் காளியின் பேய்க் கூத்தை யெண்ணியவாறே, வெளியே நோக்கியிருந்தேன். சந்திரன் இன்னும் கிளம்பவில்லை. அவன் அப்போதைக்குள் வருவதாயும் தெரியவில்லை. எனது பாழடைந்த மனத்தின் மூலையில் சுடர் விடும் ஒளியைப் போல, இருள் படர்ந்த வானிலே, மங்கிய தாரகை ஒன்று முளைத்தது. என் மனம் அந்தக் கருநீல வானிலே சாந்தியைத் தேடலாயிற்று.

"ரஞ்சி! சாப்பிட வா!" என்ற அம்மாவின் அழைப்பு, என்னைப் பிடித்திழுத்தது.

மூலையில் தூங்கும் கவலைகளைத் தட்டிக் கொடுக்கக் கூடிய ஒரு நீண்ட பெருமூச்சு வெளிக் கிளம்பியது. கலங்கியிருந்த என் கண்களைத் துடைத்துக் கொண்டு, சாப்பிடப் போனேன்.

அன்று என்னவோ சாப்பாடு பிடிக்கவில்லை. அம்மா ஏதேனும் எண்ணிவிடக் கூடாதேயென்று, எப்படியோ சாப்பிடப் பார்த்தேன். ஆனால் ஏதோ ஒன்று தொண்டையிலிருந்து, சாப்பாட்டை வெளியே உதைத்துத் தள்ளுவது போலிருந்தது.

சாப்பாடு செல்லவில்லை. அம்மா ஏதேனும் கேட்டு விடக்கூடாதே என்று பயந்தேன்.

“ஏண்டி, இன்றைக்கு ஏன் நன்றாய்ச் சாப்பிடவேயில்லை? உடம்புக்கு ஏதேனும்...” என்று இழுத்தாள், அம்மா.

இனியும் மௌனம் சாதிக்க வழியில்லை. சட்டென்று, “தலையைக் கொஞ்சம் கனத்தாற் போலிருக்கிறது. வேறு ஒன்றுமில்லை” என்று மழுப்பினேன், நான். ஆனால் உண்மையில் எனக்குத் தலைவலியுமில்லை; தலைக்கனமும் இல்லை. மனந்தான் வலியெடுத்துக் கொண்டிருந்தது. அம்மா நெற்றியைத் தொட்டுப் பார்த்தாள்.

“உடம்பை வீணாய் அலட்டிக்கொள்ளாதே. போய்ப் படுத்துக்கொள்” என்றாள்.

இதுதான் சமயமென்று எழுந்திருந்து, கையை அலம்பி விட்டுப் படுக்கப் போனேன். படுக்கையில் படுத்தும் தூக்கம் வரவில்லை. மனம் குரங்காட்டம் ஆடியது. அதை இழுத்துப் பிடித்துக் கட்ட எனக்குப் போதிய சக்தி இல்லை.

கையில் ஒரு விளக்குடன் அம்மா அறைக்குள் வந்து கொண்டிருந்தாள், அவள் தோளிலே கொசுவலை தொங்கிக் கொண்டிருந்தது.

“என்னமமா?” என்று ஆரம்பித்தேன் நான்.

“இன்னும் நீ தூங்கவில்லையா?” என்று படுக்கையண்டை வந்தாள். அவள் கையில் நீலகிரித் தைலம் இருந்தது.

“ரஞ்சி, இந்தத் தைலத்தை நெற்றியில் தடவிக்கொள். மண்டையிடி யெல்லாம் போய்விடும்” என்று கூறிவிட்டுத் திறந்தாள்.

மண்டை யிடித்தாலல்லவோ தைலத்தைப் போடலாம்? “வேண்டாமம்மா?” என்று மறுத்தேன் நான்.

“போடி, உனக்கு ஒரு காய்ச்சல் மண்டையிடி வந்தால், எனக்கல்லவோ சங்கடம்? நீ சும்மா படுத்துக்கொள், நானே தடவிவிடுகிறேன்” என்று கூறிக்கொண்டே, சூடு பறக்கத் தேய்த்தாள். அந்தச் சூட்டின் வேகத்தால், முத்து முத்தாக வியர்வைத் துளிகள் எனது நெற்றியில் பூத்தன.

“காலையிலேயே சொன்னேனே, கொசுவலையைக் கட்டிக்கொள் என்று. உனக்கென்ன? இதோ கொண்டு வந்திருக்கிறேன். நான் கட்டிவிட்டுப் போகிறேன்” என்று கொசுவலையின் ஒரு மூலையைக் கட்ட ஆரம்பித்தாள்.

அவளை ரொம்பவும் துன்பப்படுத்தக் கூடாதென்று, “அம்மா, நீ போ. நானே கட்டிக் கொள்கிறேன்” என்றேன்.

“போடி, நீ படுத்துக்கொள். இதென்ன சீமை வேலையா?” என்று தட்டிப் பேசிவிட்டுக் கொசுவலையைக் கட்டினாள். பின், நெற்றியில் ஒரு தரம் விரலை வைத்துப் பார்த்துவிட்டுப் புறப்பட்டாள்.

என்னைப் பற்றி அவளுக்கு ஏன் அவ்வளவு கவலை? தாய்மை யன்பின் கனிவுதான் இந்தச் செய்கையெல்லாம் செய்யச் சொல்லுகிறது போலும்! அப்படியானால், எனது கல்யாணம் எனக்கு நன்மையைத் தருமா, கெடுதலைத் தருமா என்று அவள் யோசித்துத்தானே செய்வாள்? நன்மையைத் தருமென்றுதான் செய்கிறாள். ஆம். அளவு கடந்த அன்பு எனது

அனுமதியைக் கூடக் கவனிப்பதில்லை. அன்பு அளவு கடந்துவிட்டால், கேள்விமுறையேது?

என்னைச் சுற்றி, கொசுவலை பனி மூடியது போல் விரிந்து கிடந்தது. என்னைச் சுற்றி வலை! ஆம். என் வாழ்க்கையைச் சுற்றிக்கூட, வலை வீசியாய்விட்டது. கட்டுப்பாடு, நாணம், பணிவு என்ற பல நூல்களால் பின்னப்பட்ட வலையினுள் நான் அகப்பட்டுக் கொண்டேன். என்னைச் சுற்றியிருந்த அந்த வெண்மையான கொசுவலை, பெண்மையையே பிடிக்க எண்ணி வீசிய வலை மாதிரி இருந்தது.

அத்தியாயம் : 3

வாலிபத்தில்தான் ஒரு ஆணோ பெண்ணோ இன்பகரமான வாழ்க்கை நடத்தலாம் என்று எத்தனையோ பேர் கூறியுள்ளனர். ஆனால், எனக்கு என்னவோ இன்னும் அதில் நம்பிக்கை ஏற்படவில்லை. நான் இப்போதுதான் வாலிபத்தின் முதற்படியில் நிற்கிறேன். ஆனாலும் கூட, அந்த முதற்படியிலேயே, அப்பப்பா! என்ன வழுக்கு! என்ன தடுமாற்றம்!

எனது அனுபவத்தில் நான் கண்டதெல்லாம் இளம் பிராயத்தின் ஆனந்த அனுபவந்தான். தாங்க முடியாத உணர்ச்சி அலைகளை எழுப்பிக் கரை மீது நம்மை மோதிச் சிதறடிக்கும் இந்த வாலிபத்தை விட, குழந்தையாக, தெருவில் முன் மாதிரிச் சிறு வீடு கட்டும் சிறுமியாக, இருப்பது மிகவும் மேல். நிச்சலமான ஏரியில், காற்றின் கெஞ்சலிலே தவழும் மெல்லிய அலைகளொத்த இளமைக்கும், சண்டமாருதத்தின் தாக்குதலால் கொந்தளிக்கும் வாலிபக் கடலின் துடிப்புக்கும் எவ்வளவு தூரம்!

இப்படியெல்லாம் எண்ணும்போது, எனது மனத்தில் ஒரே ஒரு எண்ணந்தான் உதிக்கிறது. நான் பழையபடி, நிர்மலமான இதயத்தையுடைய சிறுமியாக மாறிவிட்டால்...? அப்பா! அப்போது எவ்வளவு சுகமாயிருக்கும்! இந்த மாதிரி எண்ண அலைகளின் கொக்கரிப்புக்கும் உணர்ச்சிகளின் ஓங்காரத்துக்கும் பயப்பட வேண்டியதில்லை யல்லவா?...

எனது இளமையை இப்போது நான் நினைக்கும்போதும் ஆனந்தம் பொங்குகிறது. அந்த அழகிய தோப்பிலே, கண்ணாடி போன்ற அந்த நீரோடையின் கரையிலே, நானும்

சந்துருவும் விளையாட்டும் வேடிக்கையுமாக நாவல் பழங்கள் தின்றதை நினைத்தால்?...

அப்போது எனக்குப் பத்து வயதுதான் இருக்கும். தெருவிலுள்ள மணலில் சிறுவீடு கட்டி விளையாடும் பருவம். அந்த வயதில், எனது முகத்தில் ஒரு நாளாவது துன்பத்தின் வரிக்கோடு படர்ந்தது கிடையாது. விளையாட்டுத் தோழன் சந்துருவுடன் கூட, விளையாடிய குதூகலத்தின் ரேகைகள் தான் ஒளிக்கீற்றுகள் போல, முகத்தில் தவழும். அந்தப் பருவமே கரும்பைப் போலத்தான் - கொஞ்சங்கூடக் கைத்தது கிடையாது.

சந்துரு எனக்குப் பள்ளித்தோழன்; படிப்பில் தோழன்; விளையாட்டுத் தோழன்; வினைக்கும் தோழன். எல்லாவற்றிற்கும் அவன் இருந்துதான் ஆக வேண்டும். அவனில்லாத விளையாட்டோ, பாடமோ சுவைக்காது. அந்த வயதிலேயே சந்துரு எனக்கு ரொம்பவும் இன்றியமையாதவனானான்.

சந்துரு எங்களுக்குத் தூரபந்து. அவன் எனக்கு என்ன முறை வேண்டுமோ எனக்குத் தெரியாது. சந்துரு, சந்துரு என்றே அழைத்தே பழக்கமாய்விட்டது. எங்கள் குடும்பத்துக்கும் அவர்கள் குடும்பத்துக்கும் மிக அந்நியோன்யம். நம்முடைய உறவினர்கள் கூட அவ்வளவு அன்புடன் இருக்க மாட்டார்கள்.

எங்கள் ஊருக்கு வடக்கே ஒரு வாய்க்கால் ஓடுகிறது. ‘குளுகுளு’வென்று அதில் ஓடும் நீரைப் பார்க்கும்போது அதனுள் வீழ்ந்து, அதன் போக்கிலேயே மிதந்து செல்லலாமா என்று தோன்றும். வாய்க்காலில் புதுத் தண்ணீர் வரும்போது பார்க்க வேண்டும், அடேயப்பா! எங்கும் ஒரே பசுமைதான். வறண்டு கிடந்த வயற்காடுகளில் நாற்றுக்கள் பச்சைப் பசேலென்று தலைதூக்கி நிற்கும். கரையோரம்

வளர்ந்திருக்கும் புல்லைத் தின்னக் கும்மாளம் போட்டுக் கொண்டு ஓடிவரும் பண்ணை வீட்டுப் பசுக்கள், வயற்காட்டு ஓடையில் நீரின் போக்கை எதிர்த்துத் துள்ளித் திரியும் சிறு அயிரை மீன்கள், நீர் நங்கையின் குளிர்ந்த கன்னத்தில் முத்தமிட்டு மெய்ச்சிலிர்க்கும் நாணற்புல், 'சதசத'வென்றிருக்கும் வயல்களிலே ராஜநடை போட நினைக்கும் வெள்ளைக் கொக்குகள் - எல்லாம் பார்க்கப் பார்க்கத் தெவிட்டாது.

வாய்க்கால் கரையையொட்டி, தென் பாரிசத்தில் அடர்ந்த தோப்பு ஒன்று உண்டு. தோப்பென்றால், ஏதோ சொர்க்க பூமிக்குள் காலடி எடுத்து வைப்பது போலத்தானிருக்கும். பச்சைத் தகடு வேய்ந்த மரகதத் தேர் மாதிரி மரங்கள் வானோக்கித் தவம் புரியும். உதிர்ந்த மகிழம்பூ, பன்னீர்ப்பூ முதலியனவைகளின் வாசனையே நம்மை மயங்க வைத்துவிடும். அந்தத் தோப்பின் மத்தியில் பிள்ளையார் கோவில் ஒன்றுண்டு. அந்தப் பிள்ளையார் கோவிலைச் சுற்றி ஒரு பெரிய காலியிடம் கிடந்தது. எங்களூர்ப் பிள்ளைகளுக்கெல்லாம் அதுதான் விளையாடுமிடம். பள்ளிக்கூடத்துக்குப் போகாத பையன்களையும், அவர் சகாக்களையும் கண்டுபிடிக்க வேண்டுமானால், வேறு எங்குமே போக வேண்டாம். இங்கு வந்தால், எப்படியும் கண்டுபிடித்துவிடலாம்.

தோட்டத்தில் பூஞ்செடி வகைகளிலிருந்து மா, பலா, தென்னை முதலிய பெரிய மரங்கள் வரை நிறைய உண்டு. மரங்களினின்று வருகிற வரும்படியெல்லாம் பிள்ளையார் கோவிலுக்குத்தான். மாம்பழக் காலத்தில் மட்டும் தோப்புக்குப் பிரமாதமான காவல் உண்டு. எங்களூர்ப் பையன்களுக்கு அதிலே ஒரு பெருமை. தமக்குப் பயந்தே காவல் வைப்பதாக அவர்களுக்குள்ளே ஒரு எண்ணம்.

சந்துருவும் நானும் இங்குதான் எத்தனை தடவை விளையாடியிருக்கிறோம்!

அங்கு ஒரு நாவல் மரம் உண்டு. ஆடி மாசத்திலே அதில் கருமணிகளைப் போல, நாவற் கனிகள் நிறையத் தொங்கும். "ஆண்டவனே! பிள்ளையாரே! ஒரு பெரிய காற்றடிக்கக் கூடாதா? இந்தப் பழங்களெல்லாம் எங்களுக்குக் கிடைக்கக் கூடாதா? உனக்குப் பத்துக் குட்டும் பத்துத் தோப்புக்கரணமும் போடுகிறேன்" என்று நாங்கள் அந்தத் தோப்படிப் பிள்ளையாரிடம் வரம் கேட்கும்போது எவ்வளவு ஆனந்தமாயிருக்கும் தெரியுமா? எங்களிலேயே ஒன்றிரண்டு பையன்களுக்குத்தான் மரமேறத் தெரியும். அதில் சந்துருவும் ஒருவன். அப்படிச் சொல்வதில் எனக்கு எவ்வளவு பெருமை தெரியுமா? "எங்கள் சந்துரு இப்போது வந்துவிடுவான். உங்களுக்கெல்லாம் நிறைய உலுப்பித் தரச் சொல்கிறேன்" என்று அவர்களுக்கு நான் தைரியம் கூறும் போது, எவ்வளவு இன்பம் பிறக்கும்!

ஒரு நாள் :

சந்துரு வந்தான், வழக்கம் போல் மரத்தின் மீது ஏறினான். கீழே உள்ள பையன்கள் எல்லாம், "சந்துரு! எனக்கு ஒரு பழம்!... எனக்கு இரண்டு பழம்!" என்று கொட்டாவி விட்டுக் கொண்டிருந்தார்கள். "நான் எல்லாப் பழத்தையும் உலுப்புவேன். விழுகிறவற்றைப் பொறுக்கி, ரஞ்சியிடம் கொடுத்து விட வேண்டும். நான் வந்துதான் பங்கு வைப்பேன்" என்று சந்துரு உச்சாணிக் கொம்பிலிருந்து கூறிய போது எனது உள்ளம் ஒரே உற்சாகத்தால் துள்ளியது. பையன்கள் எல்லாம் எனக்குக் கீழ்ப்படியத்தானே வேண்டும் என்ற இளமையின் அதிகார விருப்பம் என் பிஞ்சு மனத்திலே கிளர்ந்தது.

சந்துரு கிளையை ஆட்டினான். ஆலங்கட்டி மழை விழுவதுபோல், ‘பொலு பொலு’வென்று கனிந்த பழங்கள் கீழே விழுந்தன. பையன்கள் ஓடியோடிப் பொறுக்கி என்னிடம் கொண்டுவந்து கொடுத்தார்கள். அவர்கள் காணிக்கை செலுத்துவதுபோல, என்னிடம் பழங்களைச் சேர்த்துக் கொண்டு வரும்போது, எப்படியிருக்கும்! எவ்வளவுக்கெவ்வளவு பழம் அதிகமாயிற்றோ, அவ்வளவுக்கவ்வளவு மகிழ்ச்சியும் அதிகமாயிற்று. சில பையன்கள் பழங்களைப் பொறுக்கும் போது, ‘ஹை! சுட்ட பழம்! ஹை! சுடாத பழம்!’ என்று ஔவையார் கதையை நினைவூட்டும்போது, எனக்கு ஒரே சிரிப்பாய்த்தான் வரும். எனது மடி நிறையப் பழங்கள் குவிந்தன. பாவாடையெல்லாம் கூடக் கறையாகிவிட்டது. பழம் பெரிதா? பாவாடை பெரிதா?

சந்துரு கீழே இறங்க ஆரம்பித்தான். அவன் இறங்குவதே ரொம்பவும் விநோதமாயிருந்தது. ‘விறுவிறு’ என்று இறங்குவதைப் பார்க்க எனக்கு ரொம்பவும் ஆச்சரியமாயிருந்தது. அப்போது என்னையுமறியாமல் ஒரு உணர்ச்சி, ‘குற்றாலத்துக் குரங்கே, கொம்பை விட்டு இறங்கே!’ என்று பாடச் சொல்லிற்று. பாடிவிட்டேன். ஆனால், சந்துருவின் மனத்தில் அது எப்படிப் புகுந்து தைத்ததோ? கீழே இறங்கியதும் ‘பளீர் பளீர்’ என்று கன்னத்தில் இரண்டு அறைகள் கொடுத்து விட்டான். “யாரடி குரங்கு? உன் மூஞ்சியைப் பார்த்தால்தான் குரங்கு மாதிரி இருக்கு!” என்று வார்த்தைகளை வேறு வீசினான். எனக்கு அழுகை பொத்துக் கொண்டு வந்தது. நான் என்ன, அவனை வேண்டுமென்றா ‘குரங்கு’ என்றேன்? என்னையே அறியாமல்தான் அந்த அடியை நான் பாடினேன். ஆனால் அதற்குப் பதில் இதுவா? என் மூஞ்சி குரங்கு மாதிரி இருக்கிறதாம். அது தான் என் மனத்தையும் மிகவும் வருத்தியது.

“பழத்தைக் கொண்டா!” என்று அவ்வளவு பழத்தையும் பிடுங்கிக் கொண்டு, மற்றப் பையன்களையும் கூட்டிக் கொண்டு, ஓடைக் கரைக்குப் போய்விட்டான்.

நான் மட்டும் பிள்ளையார் கோவில் திண்ணையிலிருந்து விக்கி விக்கியழுதேன். என் மனத்தில் சிறிது நேரத்திற்கு முன் இருந்த உற்சாகமெல்லாம் பறந்தோடிவிட்டது. அவர்கள் ஓடைக்கரையில் நாவல் பழங்களின்மேல் ஒட்டியிருந்த தூசியைக் கழுவும் போதெல்லாம் எனக்கு அழுகை அழுகையாய் வந்தது.

“டேய் சந்துரு! பாவம், ரஞ்சனி அழுதா பாரு. அவள் குரங்குன்னு சொன்னாப்பிலே, நீ அப்படி ஆயிருவியா? என்னமோ, தெரியாமத்தான் சொல்லிட்டா” என்று ரங்கன் எனக்காகப் பரிந்து பேசிக் கொண்டிருந்தது, என் காதில் விழுந்தது.

“உன் வேலையைப் பார்த்துக்கிட்டுப் போடா. வக்காலத்துப் பிடிக்க வந்துவிட்டான் பய!” என்று எதிர்த்துப் பேசினான், சந்துரு.

என் மனம் கலங்கியது.

“சந்துரு, என்னடா ஒரேயடியாத்தான் கோபப்படறே? அவளெப் பாக்கவச்சி, நாம் பழத்தைத் தின்னா, அதுதான் செமிக்குமாடா? மேலும், கூடச் சேர்ந்தவளைப் பாக்கவச்சித் தின்னா வயிற்றை வலிக்குமாண்டா!” என்று பயமுறுத்தினான் ரங்கன்.

“சரி, நானா அவளைக் கூப்பிடமாட்டேன். நீ போய் வேணுமின்னா அவளைக் கூட்டிவா” என்று இரக்கத்தில் பேசினான் சந்துரு.

ரங்கன் என்னை வந்து இழுத்துக் கொண்டு போனான். சந்துரு என்னை ஏறிட்டுக் கூட பார்க்கவில்லை. அவன் என்னைப் பாராதது என்னமோ, அவ்வளவு பேருக்கும் மத்தியிலே, அவமானப்படுத்தியது போலிருந்தது; அழுதுவிட்டேன்.

“சந்துரு, அழுகிறா பாரு. நீயும் அவளைக் குரங்குன்னு சொன்னே, அவளும் உன்னைக் குரங்குன்னு சொன்னா. சரிக்குச் சரியாப் போச்சு. இன்னும் என்னடா சண்டை?” என்று கூறிவிட்டு, “ரஞ்சனி இனிமேல் இதுமாதிரி சந்துருவைச் சொன்னியோ, நாங்களும் உன்னோட பேசமாட்டோம்” என்று கண்டித்தான். “சரி” என்று எனது அடைபட்ட தொண்டையிலிருந்து ஆமோதிப்புப் பிறந்தது.

“சரி என்பதெல்லாம் காணாது. தோப்படிப் பிள்ளையாரிடம் சத்தியம் செய்யணும்” என்று மிடுக்காகப் பேசினான், சந்துரு.

அதற்கும் இசைந்து, அப்படியே ஆணை வேறு இட்டேன். இதெல்லாம் எதனால் செய்தேன் என்று எனக்கே தெரியாது. என்னவோ ஒரு உணர்ச்சி சந்துருவின் எந்த ஆணைக்கும் கீழ்படியத் தூண்டிற்று.

சத்தியம் செய்து முடித்ததும், சந்துரு என்னைப் பார்த்துச் சிரித்துவிட்டான். எனக்கும் உடனே சிரிப்பு வந்து விட்டது. எல்லோரும் விழுந்து விழுந்து சிரித்தோம்.

“இந்த மாதிரி இனிமேப் பண்ணினியோ?” என்று எனது கன்னத்தைக் கொஞ்சலாகக் கிள்ளினான் சந்துரு.

நாங்கள் பழையபடி ஒன்றானோம்.

அதன்பிறகு, ஓடைக்கரையிலிருந்து நாவல் பழங்களைப் பங்கு போட்டுக்கொண்டு எங்கள் நாக்கெல்லாம் கறுத்துப் போகும் வரையிலும், பழங்களைச் சுவைத்தோம்.

இந்த மாதிரி எத்தனையோ தடவை நானும் சந்துருவும் பழங்கள் தின்றிருக்கிறோம்; பாண்டி விளையாடியிருக்கிறோம். இன்னும் எத்தனையோ விதமான விளையாட்டுக்கள் எல்லாம் விளையாடியிருக்கிறோம்.

அந்தப் பிள்ளையார்கோயில் முன்புறத்தில், பிள்ளைகள் கோலி விளையாடும்போது, அதில் சந்துருவும் சேர்ந்து விளையாடினால், எனக்கு எவ்வளவு உற்சாகமாயிருக்கும்! "சந்துரு! ரெங்கன் ஒன்பதாங்குழி போட்டுட்டான். ஜாக்கிரதை!" என்றெல்லாம் நான் எச்சரிக்கை செய்யும் போது சந்துரு எவ்வளவு களிப்படைவான்!

ஆனால், ஒருநாள்:

சந்துரு, ரங்கன் எல்லோரும் கோலியாடிக் கொண்டிருந்தார்கள். நான் அவர்களுடைய விளையாட்டை மிகவும் உற்சாகத்தோடு பார்த்துக்கொண்டே இருந்தேன். ரங்கன் முதலியோர் எட்டாங்குழியைக் கடந்துவிட்டார்கள். ஆனால், சந்துரு மூன்றாங்குழி போடவே தடுமாறுகிறான். மற்றவர்கள், 'விறு விறு' என்று மேலே போவதைக் கண்ட அவன் மனமெல்லாம் கலங்கியது; முகத்தில் கலக்கம் பிரதிபலித்தது.

தோற்றுவிட்டால், 'இரண்டாங்குழி முட்டு' வைக்க வேண்டும். 'பொட் பொட்'டென்று கோலிகள் அவனது புறங்கையில் மோதுமே யென்று என் மனம் வருந்தியது.

சந்துரு முட்டு வைக்காமல் தப்பிப்பதற்கு ஒரு வழியும் இல்லை. இந்த நிலையில், என்னுடைய மனம் மிகவும் வாடியது.

சந்துரு தோற்றேவிட்டான். அவன் கண்கள் கலங்கி நின்றன. முட்டைப் பிசைந்து கொண்டு நின்றான். "வையேண்டா சீக்கிரம்!" என்று பையன்கள் ஆரவாரித்தனர்.

சட்டென்று என்னுடைய மூளை வேலை செய்தது. "சந்துருவுக்குப் பதிலாக நான் முட்டு வைத்தால்?" - என் மனம் துள்ளியது.

"ஏய்! சந்துருவுக்குப் பதிலாக நான் வைக்கிறேன். அடிங்கடா" என்று ஆத்திரத்தோடு சொன்னேன். என்னுடைய தொண்டை அடைப்பட்டது போலிருந்தது.

"அடேயப்பா! கூட்டாளிக்கு உதவி வாரதைப் பாரு. சரி ரெங்கா கோலியை எடுத்துப் போடு" என்று உறுமினான் மணி.

"ஏலே மணி, பாவம்டா, பைய அடி!" என்று பரிதபித்தான் ரங்கன்.

'பட்பட்'டென்று கோலி, எனது முட்டைத் தாக்கியது. இரண்டு மூன்று அடிகளைத் தாங்கத்தான் எனக்குச் சக்தியிருந்தது. அதற்குமேல் விரல்கள் வலியெடுக்க ஆரம்பித்தன. கண்ணில், அணையை உடைத்துக் கொண்டு வெளியே வரத் தயாராயிருக்கும் தேக்கத்தைப் போல, கண்ணீர் பெருகி நின்றது.

உதட்டை மடித்துக் கடித்துக்கொண்டு முட்டு வைத்தேன்! உள்ளம் துடித்தது. எனக்கு எவ்வளவு அடிபட்டாலும், அப்போதெல்லாம் சந்துருவை வேதனையிலிருந்து தப்புவிக்கிறோம் என்ற உணர்ச்சிதான் எனக்கு அவ்வளவு முட்டையும் தாங்கத் தைரியம் அளித்தது.

இப்படி எனது பால்ய வயதில், எத்தனையோ நிகழ்ச்சிகள். அதையெல்லாம் நினைக்கும்போது, இந்த நேரத்தில் எனது கண்ணீர் பெருக்கெடுக்க எண்ணுகிறது. அந்தச் சிறு வயதிலேயே, சந்துரு எனது இதயத்தில் எவ்வளவு கோலாகலமாக வீற்றிருந்தான்!

ஹும்... அதை நினைத்து என்ன பயன்? இப்போது அந்த இடத்தில் வேறொருவரை அமர்த்தச் சதி நடக்கிறதே, அதற்கு நான் என்ன செய்யமுடியும்?

அத்தியாயம் : 4

எங்கள் வீட்டுக்குப் பின்னால் ஒரு மல்லிகைக் கொடி வளர்ந்து வந்தது. சின்னஞ் சிறு செடியாய், காற்றினசைவிலே தாலாட்டப் பெற்றுத் தூங்கும் பசிய இலைகளைத் தொடக்கூட, எனக்குத் துணிவு வரவில்லை. இளந் தளிர்கள் நன்றாக வளர்ந்து, பல இலைகளாகப் பரிணமித்துப் பார்க்க ஒரே பசுமையாயிருந்தது. ஆனால், அந்தச் செடி வளர்ந்து, மொட்டு அரும்பி, அதுவும் பூத்த போது என் மனத்தில் என்ன எண்ணம் உதித்தது தெரியுமா? ஆஹா! பால் போன்ற வெண்மையான இந்த மல்லிகை மலரின் மணமும், அழகும் என்னையேன் இப்படித் தூண்டில் போட்டிழுக்கின்றன? அந்த மலர் மட்டும் எனது கருங்கூந்தலை அலங்கரித்தால்...? - இப்படித்தான் தோன்றியது.

ஆம். கால தேவனின் கைவரிசை இயற்கையில் எவ்வளவோ மாறுதல்களை உண்டாக்குகிறது. கற்பனையுலகில் நீந்துபவர்களுக்கு அதன் விளையாட்டுகள் ஒரே ஆனந்த மயமாகத்தான் தோன்றுகின்றன. ஆனால், என்னைப் போன்றவளுக்கு அவ்வளவும் பேய் வெறியின் பயங்கரப் போக்காகத்தான் தோன்றுகிறது.

எங்கள் மல்லிகைக் கொடியைப் போலவே, நானும் பூத்துவிட்டேன். ஆனால், எனது அழகை, எவருடைய அழகுணர்ச்சிக்குச் சமர்பிப்பது? நான் கேவலம் - பகுத்தறிவற்ற மல்லிகைக் கொடியல்ல; உள்ளுணர்வுள்ள பெண். அதனால், சமர்ப்பிக்கப்பட வேண்டிய புண்ணியவானைத் தேர்ந்தெடுத்துவிட்டேன். அந்தப் புண்ணியவான்தான் சந்துரு.

காலதேவனின் சக்திரேகைகள் என் மீது விளையாடின. இளஞ்செடி போலவிருந்த நான், மலர் குலுங்கும் அழகுப் பூஞ்செடியானேன்.

எனது கண்களில் இளமையிலே மிதந்த குறும்பு மறைந்தது; நாணம் எனது கண்களில் கொஞ்சிற்று; கல கலவென்று தெய்வக்களி துலங்க நகையுதிர்ந்த எனது இதழ்கள், மௌனம் செய்தன. துறுதுறுவென்று எங்குமோடியாடித் திரிந்த கால்கள் அன்னநடை பழகின. துடிதுடிப்பான என் குணம் அமைதியடைய முயற்சித்தது.

ஆம்; நான் வயதுக்கு வந்துவிட்டேன். கட்டுப்பாடடங்கிய சமூகத்தின் இரும்பு வேலிக்குள் அகப்படத் தயாரானேன்.

இப்போது நான் வீட்டை விட்டு வெளியே போக முடியாது. கூண்டினுள் அடைபட்ட கிளிபோல, வீட்டுக்குள்ளேயே சுற்ற வேண்டியதுதான். வேலை ஓய்ந்த நேரங்களில், மாடியில் போயமர்ந்து கொள்வேன். வாய்க்கால் கரையில் மேய்கின்ற பசுக்களையும், பிள்ளையார்கோவில் தோப்பையும் பார்த்துப் பெருமூச்சு விடுவேன். அந்தத் தோப்புக்குள்தான் எத்தனை சண்டைகள்! எத்தனை சமாதானங்கள்! அதையெல்லாம் நினைத்தால்... ஹும்... அது ஒரு காலம்!

சந்துருவை நான் காண முடியாது. அவரும் முன் மாதிரியா இருக்கிறார்?

இப்போது நல்ல வாலிபந்தான். பட்டணத்தில் பி.ஏ. படித்துக் கொண்டிருந்தார். விடுமுறையில் அவர் வரும்போது, மாடியிலிருந்து பார்த்தால்தான் உண்டு - இல்லை, அந்தப் பார்வை கூடக் கிடையாது. சின்ன வயதில் எத்தனை தடவை எங்கள் வீட்டிற்கு வருவார்? ஆனால் இப்போதோ, வாசலிலேயே நின்றுவிடுவார். அப்பாவாவது, அம்மாவாவது

நின்றால், "எல்லோரும் சௌக்கியந்தானே?" என்று கேட்பார். "ஆம்" என்று பதில் வரும். உடனே, கொஞ்சங்கூடத் தாமதமின்றி, "வருகிறேன்" என்று கிளம்பிவிடுவார். அந்த 'எல்லோரும்' என்னும்போது, என்னையும் சேர்த்துத்தானே விசாரிக்கிறார் என்று நான் பெருமிதமடைவேன்.

போன வருடம் அவர் வந்திருந்தார். அவர் எங்கள் ஊருக்கு வந்திருந்தால், அவருடைய முகத்தை என்றைக்காவது நான் கண்டுவிட்டேனானால், அன்று முழுவதும் எனக்கு ஒரே கோலாகலந்தான்.

அம்மாவுக்கு அப்போது உடம்பு சரியாயில்லை. நாலு நாலாய்க் காய்ச்சல். வீட்டு வேலையெல்லாம் நான்தான் பார்க்க வேண்டியிருந்தது. எல்லா வேலையும் முடிந்தவுடன் கருக்கல் நேரத்தில் என் - வயதுப் பெண்களுடன் சேர்ந்து கொண்டு, தண்ணீர் கொண்டு வரப் போனேன். முதல் நாள், நான் தண்ணீர் முகந்து வரும்போது, அந்த மங்கிய மாலையொளியில் ஓர் உருவம் என்னைப் பார்த்து நகைத்தது; அது சந்துருதான். எனது கால்கள் என்னவோ தடுமாறின. அவரைக் கண்டதும், உள்ளம் உவகையால் துள்ளியது. அவரைக் கண்குளிரப் பார்த்து மகிழ வேண்டும் என்று ஏதோ ஓர் உணர்வு தூண்டிற்று. ஆனால், என் கூட வந்த பெண்களின் வம்புப் பேச்சும், நடையும் என் எண்ணத்தைச் சிதறடித்தன. வேறு வழியின்றி, நேராக வீடு திரும்பினேன்.

மறுநாளும் அம்மாவுக்கு உடம்பு தேறவில்லை. அன்றும் நான் தான் தண்ணீர் கொண்டு வரவேண்டி வந்தது. அன்றைய வேலையெல்லாம் மந்த கதியில்தான் சென்றன. ஆதலால், வீட்டு வேலைகள் முடிவதற்கே நேரம் சரியாய்ப் போய்விட்டது. நான் குடத்தைத் தூக்கி, இடுப்பில் வைக்கும் போதே, மஞ்சள் வெயில் கறுத்துவிட்டது. என் கூடவரும் மற்ற பெண்கள் எனக்கு முன்னமேயே சென்று திரும்பி

விட்டனர். அன்று நான் மட்டும் தனியாகப் போக வேண்டிய நிர்ப்பந்தம் ஏற்பட்டு விட்டது.

துணை ஒருவருமில்லாததால் விறுவிறு என்று நடந்து சென்றேன். வாய்க்கால் கரைக்குச் சென்றதும் என் மனம் உவகையெய்தித் துள்ளிற்று. இந்த வாய்க்கால் கரையில் என்னென்ன விளையாட்டுக்கள் எல்லாம் விளையாடுயிருக்கிறேன். எனது சந்துருவுடன் எத்தனை தரம் மூழ்கிக் குளித்திருக்கிறேன் என்றெல்லாம் நினைப்பு ஓடியது. தண்ணீரை முகந்து கொண்டு, குடத்தைத் தூக்கி இடுப்பில் வைத்தேன்.

பிள்ளையார் கோயில் தோப்பைப் பார்க்க வேண்டுமென்று ஆசை சுரந்தது. இரவு வேளைதானே, பிள்ளையாரைத் தரிசித்துவிட்டுப் போகலாமேயென்று கோவிலுக்குச் சென்றேன்.

சந்நிதியில் நின்று, அந்தப் பிள்ளையாரைத் தொழப் போகும் நேரத்தில், அந்தத் தோப்பின் அமைதியை, ஒரு பழக்கமான குரல் கலைத்தது.

"யாரது, ரஞ்சியா?" என்ற வார்த்தைகள் என்னை நடுங்க வைத்தன.

திரும்பினேன். ஆம், கூப்பிட்டது சந்துருதான். அவருக்கு இந்த நேரத்தில் இங்கு என்ன வேலை, என்னைப் போலவே தனது இளமை நினைவுகளை எண்ணி மகிழ வந்தவர் தானா?

சொல்ல முடியாத நாணம் எனது உடலில் புகுந்து கிளுகிளுத்தது. அந்த இடத்திலிருந்து ஓடிப் போய்விடலாமா என்று பார்த்தேன். ஆனால், தண்ணீரையும் சுமந்து கொண்டு

ஓடுவது அவ்வளவு சாத்தியமில்லை என்று தெரிந்தது. வேறு வழியில்லை. எண்சானுடம்பும் ஒரு சாணாய்க் குறுகியது.

“ரஞ்சி, எங்கே இப்படி?... பேசக் கூடாதா?” என்று கூறிக் கொண்டே, என் தோள்பட்டையில் கையை வைத்தார், சந்துரு.

அப்பா! இந்த ஆண்களுக்கு என்ன தைரியம்! அந்த உணர்ச்சி என்னுள்ளத்தில் காந்தம் போலத் தாக்கிற்று; எனது உடம்பு புல்லரித்தது. உதடுகள் நடுங்கின. ஒன்று பேச ஓடவில்லை.

அவரது கை எனது முகத்தை நிமிர்த்தியது. எனக்கு வெட்கம் அதிகமாயிற்று. அழுது விடலாமா என்று கூட ஒரு அசட்டு எண்ணம் உதித்தது. ஆனால் தெய்வ புண்ணியம்! அப்படியொன்றும் செய்து விடவில்லை.

முகத்தை நிமிர்த்திய சந்துரு, பிள்ளையார் கோவில் மங்கிய தீபவொளியில் என் முகத்தில் என்ன ஆனந்தத்தைக் கண்டாரோ, எனக்குத் தெரியாது. இமை கொட்டாமல் முகத்தையே பார்த்துக் கொண்டிருந்தார். தன்னை மறந்தார்.

இந்த நிலையில், என்னுள்ளத்தையே அவரிடம் திறந்து கொட்டி, அவர் காலில் விழலாமா என்று கூடத் தோன்றியது. ஆனால் அவ்வளவு தூரம் செய்வதற்கு, எனது இதயத்தில் போதுமான சக்தியில்லை.

முகத்தைப் பிடித்திருந்த பிடியைத் தளர்த்தினார். எனக்குச் சுயவுணர்வு வந்தது; வெட்கம் அதிகமாயிற்று; தனிமையும், இருளும் பயத்தை ஊட்டியது. குடத்தைத் தூக்கிக் கொண்டு ஓடலானேன்.

"ரஞ்சி!" என்று பின்னாலிருந்து அவர் குரல் கதறிற்று. திரும்பிப் பார்த்துவிட்டு வீட்டை நோக்கி நடந்தேன். அவர் அந்த இடத்திலேயே நின்றார். அவர் மனத்தில் என்னென்ன உதித்தனவோ, எனக்குத் தெரியாது. நான் வீடு வந்து சேர்ந்தேன்.

அன்று இரவு வெகுநேரம் வரையிலும் தூக்கம் வரவில்லை. திடீர் திடீர் என்று எனது உடம்பு புல்லரித்தது. என் முகத்தில் அவர் கைப்பட்ட இடத்தில் எறும்பு ஊர்வது போல, ஒரு உணர்ச்சி பிறந்து கொண்டே இருந்தது. ஏமாந்து போய்க் கன்னத்தை அடிக்கடி தடவிக் கொண்டேன்.

மனம் மட்டும் சமாதானமடையவில்லை. "சே! எவ்வளவு பைத்தியக்காரத்தனம்? நேருக்கு நேராய்ச் சந்தித்தும் அவருடைய மனத்தை நான் முழுதும் அறிந்து கொள்ளாமல் போனேனே! அதுதான் போகட்டும்; நானாவது எனது வெள்ளை இதயத்தை அவரிடம் திறந்து காட்டக்கூடாதா? அதற்கும் சக்தியற்றுப் போனேனே!" என்றெல்லாம் வருந்தினேன்.

நாட்கள் கடந்தன. அந்த ஒரு நாள் சம்பவத்தைப் பற்றி, எனது வாழ்வில் ஆயிரந்தடவை நினைத்து மனச் சஞ்சலம் உற்றிருக்கிறேன். ஒரே ஒரு விநாடி தைரியமற்ற குறையினால், இன்று என் மனம் ஊசலாடுகிறது.

ஆம், உள்ளத்திலே மலைபோல உணர்ச்சிகள் நிரம்பிக் கிடக்கும்போது, பேதை இதயம் ஒரு உணர்ச்சியைக் கூட வெளியிடச் சக்தியிழந்து விடுகிறது. இது எனது ஒருநாள் அனுபவம்.

அத்தியாயம் : 5

பார்த்தீர்களா - என்னவோ சொல்ல ஆரம்பித்து எங்கேயோ போய் நின்றுவிட்டேன்! அப்பா! இந்த மனித உள்ளமே அதிசயமானது. அனுபவிக்கின்ற துன்பங்களை மறக்கவெண்ணிக் கழிந்து போன இன்பங்களை நினைத்து எனது உள்ளத்தைச் சாந்தப்படுத்தலாமென்றால், அது ஒரேயடியாய் அதிலேயே ஆழ்ந்து நின்றுவிடுகிறது. எந்தத் திசையை நோக்கித் திரும்பினாலும், நெஞ்சம் பேய் வேகத்தில் ஓடத்தான் செய்கிறது. ஆனால், அதை இழுத்துக் கட்டுப்படுத்த, நினைத்த திசைக்குத் திருப்ப, நாம் நல்ல சாரதியாயிருக்க வேண்டும். அப்படியில்லாமல் என்னைப் போல் இருந்தால், திண்டாட்டம்தான். மனத்தேரை மட்டும் நாம் ஒழுங்காகச் செலுத்துவோமானால், நாம் உன்னத நிலையைச் சீக்கிரம் அடையலாம். கவி பாரதிக்கு அந்தக் குணம், சாரதித்தன்மை, நிறைய இருந்தது. அப்படியில்லாமலா, அவர் தமது ஞான ரதத்தை நினைத்த உலகத்துக்கெல்லாம் ஓட்டினார்?

பழையபடியும் என்னுடைய மனத் தேரை ஓட்டஇயலாத சக்தியின்மையைக் காட்டிக் கொண்டேன். இளமை நினைவுகளைப் பற்றி அதிகம் கூறியதற்காகச் சமாதானம் சொல்ல வந்த நான், மனக்குரங்கைப் பற்றித் தத்துவ ஆராய்ச்சி பண்ண ஆரம்பித்து விட்டேன். அப்பா! இந்த மனம் மட்டும் மனிதனுக்கு இல்லாதிருந்தால்?

என்னுடைய கல்யாணப் பேச்சு மிகவும் முற்றிவிட்டது. அப்பா அடிக்கடி எங்காவது வெளியூருக்குப் போய்க் கொண்டிருந்தார். அவர் திரும்பி வரும்போதெல்லாம் அவர் முகத்தில் வெற்றிதான் பிரதிபலித்தது. என்னுடைய கல்யாண காரியமாய்த்தான் இவ்வளவு அக்கறையோடு ஊருக்கெல்லாம் போய் வருகிறார் என்று அவருடைய பேச்சு

அறிமுகப்படுத்திவிடும். பையனுடைய சொத்து, நிலபுலன்கள் இவைகளைப் பற்றியெல்லாம் புள்ளி விவரம் வாசித்தார். அவர் ஊரிலிருந்து வரும்போதெல்லாம், அம்மா எதிர்கொண்டழைத்து, என்னவெல்லாமோ கேள்விகளைப் போட்டுப் பதிலுக்குக் காத்து நிற்பாள். தட்டி மறைவிலிருந்து, அவர்கள் பேச்சை நான் முழுவதும் கேட்பேன். சில சமயங்களில் அந்தப் பேச்சினால், சஞ்சலம் ஏற்படுகிறது என்று எண்ணுவேன். ஆனால், எனது கால்கள் என்னையுமறியாமல் தட்டிக்குப் பின்னால் கொண்டு நிறுத்திவிடும். நான் என்ன யோகினியா, ஐம்புலன்களையும் கட்டுப்படுத்துவதற்கு? கண் பார்க்கும்; காது கேட்கும்; கை நெரியும். மனம் மட்டும் துடிதுடித்து வேதனையுறும்.

அன்று அம்மாவும் அப்பாவும் முற்றத்தில் பேசிக் கொண்டிருந்தார்கள். மாப்பிள்ளை வீட்டார் இரண்டு நாளில் வருவதாய்த் தெரிந்தது. என்னுடைய மனம் புழுவாய்த் துடித்தது. "இந்தக் கல்யாணம் எனக்குப் பிடிக்கவில்லை" என்று எனது உள்ளத்தை, பெற்றோர் முன் திறந்து காட்டி விடலாமா என்ற கானல் நீர் போன்ற தைரியம் பிறந்தது. ஆனால் சொல்ல வேண்டும் என்று எண்ணும் போதெல்லாம், நாக்கு மேலண்ணத்தில் ஒட்டிக் கொண்டது. 'குப்'பென்று முகமெல்லாம் வியர்த்துக் கொட்டியது. எனது உதட்டிலிருந்து ஒரு வார்த்தை கூடப் பிறக்கச் சாத்தியமில்லாமலிருந்தது. இந்த மாதிரி உள்ளுக்குள்ளேயே வதங்கும் எண்ணப் புண்களையாற்ற, எனது மருந்து அழுகைதான். தனிமையில் அமர்ந்து அழுது, அழுது ஆற்றப் பார்ப்பேன்.

"ரஞ்சனியிடமும் ஒரு வார்த்தை கேட்டு வைப்போமே? கல்யாணமாகப் போகிற பெண்ணுக்குச் செய்தியைத் தெரிவிக்காமலா இருக்கிறது?" என்றார் அப்பா சாய்வு நாற்காலியில் சாய்ந்த வண்ணம்.

“என்னவோ சொன்னது போலிருக்கிறதே? இந்தக் காலத்து ‘சிறிசு’களுக்கு நாம் சொல்லித்தான் தெரிய வேண்டுமா? இதற்கு முன்னாலேயே தெரிந்து கொண்டிருப்பாளே” என்று நீட்டினாள் அம்மா.

அப்பா என்ன நினைத்தாரோ, தெரியவில்லை. “ரஞ்சி!” யென்று உரக்கக் கூப்பிட்டார். பதில் ஒன்றும் சொல்லாமல் அவர் பக்கம் போய் நின்றேன். நாணத்தாலும், சஞ்சலத்தாலும் கண் கலங்கியது.

“ஏனம்மா, உனக்கு இந்தக் கல்யாணம் பிடித்தம் தானே” என்றார் சாவதானமாக எக்களிப்புடன்.

எனக்கு என்ன சொல்வதென்றே தெரியவில்லை. அப்படியே அப்பாவின் காலில் விழுந்து காலைக் கட்டிக் கொண்டு அழலாமா? எனது எண்ணத்தை அப்படியே உடைத்துக் காட்டலாமா? - என்று எண்ணினேன். ஆனால், ஒன்றும் ஓடவில்லை. நெஞ்சி ‘படபட’வென்று அடித்தது; உடம்பு நடுங்கியது. நான் வாயைத் திறக்கவில்லை.

“அவளிடம் கேட்டால் எப்படிச் சொல்வாள்? வெட்கமாயிராதா? மௌனமாயிருப்பதே தெரியவில்லையா? சே! இந்த ஆண்களுக்கு...” என்று வக்காலத்துப் பிடித்தாள் அம்மா.

“ஆமாம், மௌனம் சர்வார்த்த சாதகம் தானே” என்று கூறி வாயைக் குதப்பினார், அப்பா.

இந்த நிலையில் எனக்கு ஒரே ஒரு யோசனைதான் தோன்றியது. எனக்கு வயது குறைவென்று சொல்லி, இந்தக் கண்டத்திலிருந்து தப்பி விடலாமா என்று நினைத்தேன். நான் மட்டும் அப்படித் தப்பி விட்டால்?

அம்மாவிடம் பேச, எனக்குக் கொஞ்சம் தைரியமாய்த் தானிருந்தது.

"அம்மா, எனக்கு வயது கொஞ்சந்தானே" யென்று இழுத்துப் போட்டேன், இவ்வளவு நேரமும் சிரமப்பட்டுச் சேகரித்த அசட்டுத் துணிவோடு.

"போடி! நீ என்ன இன்னும் சின்னப்பிள்ளையா? சுசீலாவைப் பார், உன்னை விட இரண்டு வயது இளையவள் தானே! அவளுக்கு எப்போதே கல்யாணமாய்விட்டது. ஒரு குழந்தை கூடப் பெற்றுவிட்டாள்!" என்று அம்மா உதாரண பூர்வமாகத் தர்க்கித்தாள்.

எனக்கு மேற்கொண்டு அங்கு நிற்க முடியவில்லை. விர்ரென்று வீட்டிற்குள் நடந்தேன்.

சுசீலா - ஆம், என்னை விட வயதில் அவள் இளையவள் தான். அவளுக்குக் கல்யாணமாகி, இரண்டு வருடமாய் விட்டது. போன வருடம் பிறந்தகம் வந்துவிட்டுத் திரும்பிப் புக்ககம் போகும் போது கையில் ஒரு ஆண் குழந்தையோடு தான் போனாள். அவள் முகத்தில் நான் இதுவரையிலும் சஞ்சலம் என்பதை கண்டதேயில்லை. சின்னக்குழந்தை முதல் அவளோடு எத்தனையோ தடவை விளையாடி இருக்கிறேன். அப்போதுங்கூட, அவள் ஒரு நாளாவது மனவருத்தமடைந்ததை நான் கவனிக்கவில்லை. அவளுக்குக் கல்யாணமாவதற்கு முன்னும், ஆன பின்னும் கூட, எப்போதும் குதூகலத்துடன் தான் ஒளிர்ந்து வந்தாள். அவளுடைய கல்யாண தினத்துக்கு முன்னால் கூட, நான் அவள் கூட எவ்வளவு பேச்சுப் பேசியிருக்கிறேன்! அப்போதுங்கூட, அவளுக்குப் பிறந்தகத்தை விட்டுப் போகிறோமே என்ற எண்ணம் அவளைக் கலக்கவில்லை.

அப்பா! அவளை நினைக்கும் போது, நாளெல்லாம் எம்மாத்திரம்?

இப்போது அவள் ஊரில் தானிருந்தாள். அடிக்கடி என்னை வந்து பார்த்துப் போவாள். ‘கலகல’ வென்று முத்தை யுதிர்ப்பது போலப் பேசுவாள். அவள் மட்டும் வரட்டும். அவளிடம் ஒரு கேள்வி கேட்கிறேன் என்று தீர்மானித்துக் கொண்டேன்.

“ரஞ்சி, மாடியிலேதான் இருக்கிறாயா?”

அது சுசீலாவின் குரல்தான். கீழே அம்மாவுடன் ஏதோ வம்பளந்து விட்டு, உயரே வர அனுமதி கேட்கும் பாவனையில் அவள் கேள்வி இருந்தது.

“யார் சுசீயா? மேலே வாயேன்” என்று வரவேற்றேன் நான்.

அவள் வந்ததும் வராததுமாய் அவளிடம் நான் என் மனத்திலே முடிவுகட்டி வைத்திருந்த கேள்வியைக் கேட்க வேண்டுமென்று எண்ணினேன்; முடியவில்லை.

“ஏண்டி, மாப்பிள்ளை வீட்டார் இன்னும் இரண்டு நாளையில் வருகிறார்களாமே” என்று கேட்டுக் கொண்டே, எனது அறைக்குள் நுழைந்தாள். அவளுடைய இடுப்பில் அவள் மகன் - தனது பிள்ளை என்று உரிமை கொண்டாட அவளுக்கு வழி வைத்த ஒரு உயிர் - தனது சிறு கண்களை உருட்டி விழித்துக் கொண்டிருந்தான். அந்தக் குழந்தை என்னைப் பார்த்து நகை புரிந்தது; அந்த நகையின் அர்த்தம் என்னவோ தெரியவில்லை.

நான் சுசீலாவுடன் ஒன்றும் பேசவில்லை.

அவளாகத்தான் ஆரம்பித்தாள்: "ரஞ்சி, அதற்குள்ளேயே வெட்கம் வந்துவிட்டதா?"

"சரி, நான் ஒரு கேள்வி கேட்பேன். நீதான் அதற்குப் பதில் சொல்லணும், தெரியுமா?" என்று எடுத்த எடுப்பிலேயே பீடிகை போட்டேன்.

"என்னடி? வந்ததும் வராததுமாய்... ம்... பிரமாதமான கேள்வியோ?" என்று தலையை உயர்த்தினாள் சுசீ.

"ஒன்றுமில்லை. நீ... நீ உன் கணவனை விரும்பித்தானே விவாகம் செய்து கொண்டாய்?"

சுசீ சிரித்தாள்.

"போடி, கேள்வியைப் பார். அம்மாவும் அப்பாவும் அவருக்குத்தான் என்னைக் கட்ட வேண்டும் என்று தீர்மானித்தார்கள். அவரைக் கல்யாணம் ஆன பிறகுதான் நான் விரும்பினேன்" என்று சொல்லும் போதே அவள் தலை கவிழ்ந்தது.

"உனக்குக் கல்யாணம் நடக்கும் போது மகிழ்ச்சியாகத் தானே யிருந்தது?"

"ஆமாம்."

"உன்னுடைய கல்யாணத்துக்கு முன் வேறு யாரையாவது விரும்பியது உண்டா?" இந்தக் கேள்வியைக் கேட்கும் போது, என் நெஞ்சு கிடுகிடுத்தது.

“அப்படியொன்றுமில்லை” என்றாள் சுசீ.

“அப்போது, நீ பாக்கியசாலிதான். நான் தான்...” என்று ஆரம்பிப்பதற்குள், எனது தொண்டை கம்மிப் போய்விட்டது. கண்ணில் நீர் கூடச் சுரந்தது.

“ரஞ்சி, எதற்கு இதெல்லாம் கேட்கிறாய்? உன் மனம் சரியாயில்லை யென்றுதான் தெரிகிறது. என்னடி, என்னிடம் சொல்லக் கூடாதா?” என்று பரிவோடு என்னுடைய தாடையைத் தாங்கிக் கொண்டே கேட்டாள் சுசீ.

எனது உலர்ந்த உதடுகளிலிருந்து ஒரு வார்த்தை கூடப் பிறக்கவில்லை. சுசீயிடம் என்ன சொல்வதென்றே தெரியவில்லை. எனது கண் கலங்கிற்று. மௌனம் சாதித்தேன். இந்த நிலையில், சுசீ என்னை விட்டுப் போக வேண்டும் என்று தோன்றிற்று. ஆனால், அவளை எப்படிப் போகச் சொல்வது என்று தான் தெரியவில்லை.

நல்லவேளையாய், அவளுடைய குழந்தை அழத் தொடங்கிற்று. சுசீ அதை எவ்வளவோ நிறுத்தப் பார்த்தும் முடியவில்லை. கடைசியில், குழந்தையைத் தூக்கிக் கொண்டு விடை பெற்றுப் போய்விட்டாள்.

அவள் போனதே நல்லதென்று பட்டது. “சுசீலா பாக்கியசாலி! பாக்கியசாலி!” என்று கூறி, கோரமாய் எனது உள் மனத்தில் ஏதோவொன்று சிரிக்கும் சப்தம் கேட்டது; அந்தச் சிரிப்பின் வேகத்தை என்னால் தாங்க முடியவில்லை. தொப்பென்று கட்டிலில் விழுந்து, தலையணைக்குள் முகத்தைப் புதைத்துக் கொண்டு அழுதேன். கண்ணீர் தலையணையை நனைத்தது; உள்ளம் மட்டும் வறண்டு போயிருந்தது.

சந்துருவின் நினைப்பு என்னை மிகவும் சஞ்சலப்படுத்திற்று. அவரை நினைத்து, நினைத்து எனது உள்ளம் ஏங்கிக் கொண்டிருந்தது. அவரை மறப்பதற்கு வழியேயில்லையா?

"சென்று போன நாட்களின் சிந்தனையிலே ஆழ்ந்து துயரப்பட்டுக் கொண்டிருக்கும் மனிதனின் கண்களைக் குத்தி விடு; தன் கபோதித்தனத்தைப் பற்றிச் சிந்திக்கத் தொடங்குவான். அதனாலாவது, அவனுடைய பழைய சிந்தனைகள் மாறும்" என்று யாரோ ஒரு அயல்நாட்டுக் கவி எழுதி வைத்திருப்பது நினைவுக்கு வந்தது.

சந்துருவை மறப்பதற்கு வழியா? ஆம், நான் என் பெற்றோருடைய விருப்பத்துக்கிணங்க வேண்டும். அப்போதாவது சந்துருவை மறக்க முடியும்? ஆனால், இந்தப் பாழும் மனத்துக்கு அவ்வளவு தைரியம் ஏற்பட்ட மாட்டேனென்கிறதே! அதற்கு நான் என்ன பண்ண முடியும்?

அத்தியாயம் : 6

வழக்கத்திற்கு விரோதமாகவே அன்று அதிகாலையில் எழுந்து விட்டேன். இரவு வெகு நேரமாய்த் தூக்கம் வராமல் புரண்டு படுத்துப் படுத்துப் பார்த்து அலுப்பு, அவயவங்களின் அசைவில் அழுந்திக் கிடந்தது. சூன்யமடைந்த பாழ் வீட்டைப் போல, என் மனம் அந்த அறையின் இருளைப் பிரதிபலித்தது. சாளரத்தைத் திறந்து வைத்தேன். மார்கழி மாதத்து வாடைக் காற்று உள்ளே அம்பைப் போல வீசிற்று. அந்த வாடைக் காற்றின் தழுவலால் முந்திய தினங்களின் நினைவலைகள் மோத ஆரம்பித்தன. இரவு என்னவெல்லாமோ எண்ணிக் கொண்டு, தூங்கியிருக்கிறேன். அந்த எண்ணங்களின் பிரதிபலிப்பாகவோ, என்னவோ ஒரு சொப்பனம் கண்டேன்.

நல்ல மழை இருட்டு. நானும் எனக்குப் பழக்கமான ஒருவரும் - ஆம், அவருடைய முகம் மிகப் பழகிய முகமாதிரியாய்த் தானிருந்தது - ஒரு காட்டு வழியாய் சென்று கொண்டிருக்கிறோம். அவருக்கு நான் துணையாய், எனக்கு அவர் துணையாய், ஏதோ ஒரு குறிக்கோளற்ற முடிவை நோக்கிப் பிரயாணம் செய்வது போலிருந்தது. அந்த இருள் அமைதியிலே, நான் எனது கண்களை அகலத் திறந்து வைத்துக் கொண்டு சென்றேன். மின்னலும், இடியும் திடீரென ஆரம்பித்தன. அந்தகாரத்தை விநாடிக்கு ஒரு தரம் மின்னல் கிழித்தெறிந்தது. திடீரென, கோடி சூர்யப் பிரகாசமுள்ள ஒரு மின்னல் கொடி பின்னி விழுந்தது. எனது அகன்ற கண்களால் அந்த ஒளியின் தாக்குதலைத் தாங்க முடியவில்லை. ஏதோ, கண்களில் சுளுக்கியது மாதிரியிருந்தது. 'ஹா'வென்று கதறினேன். கண்ணைத் திறந்து பார்த்தேன். ஒன்றும் தெரியவில்லை; எனது கண்ணொளி செத்துவிட்டது. நான் ஒரு குருடியாகி விட்டேன். அந்த நேரத்தில், எனது கையைப் பிடித்துக் கொண்டு வந்த மனிதர் கையை நழுவ விடுவதை

உணர்ந்தேன். கதறினேன். பதிலில்லை. அந்தகாரமான இருளில், அந்தகாரத்திலே மூழ்கி, இயற்கையின் கோபதாபங்களுக்குள் சிக்கி, அநாதரவாய் நிற்கும் எனக்கு, வழி காட்ட ஒருவருமில்லை போலத் தோன்றிற்று. "வருந்தாதேயம்மா, நான் வழி காட்டுகிறேன்" என்று ஏதோ ஒரு புதிய குரலுடன் என் கையைப் பிடித்தார் ஒருவர். மூடியிருந்த கண்களைத் திறந்தேன், அவரைப் பார்க்க வேண்டுமென்று. ஆனால் கண் தெரிந்தால் தானே! "தாங்கள் யார்?" என்றேன். "போகப் போகத் தெரியும்" என்றார் அவர். கையை விடுவிக்க விரும்பினேன்; தைரியமில்லை. பழையபடி கதறினேன். என்னுடைய கதறலைப் பிரதிபலிப்பது போல, ஒரு பிரமாண்டமான இடி இடித்தது.

நான் விழித்துக் கொண்டேன். எனது கண்களையே என்னால் நம்ப முடியவில்லை. இரவு கண்ட சொப்பனத்தின் பொருள் என்னவென்று என்னால் அறியக் கூடவில்லை.

மனம் தான் ஒரு நிலையில் நிற்கமாட்டேனென்கிறதே! மனம் மட்டும் ஒரே நிலையில் நிற்கச் சக்தி பெற்று விட்டதானால் எண்ணங்களை எந்தத் திசையிலும் ஓட்டிப் பார்க்கலாம். அதனால், ஒரு கெடுதலும் ஏற்படுவதில்லை. நமது நிழல் நீரில் விழுவதால் நம்முடைய உடல் என்ன நனைந்தா போகிறது? எண்ணங்களோடு மனத்தையும் பின் தொடர விட்டுவிட்டால், நிழலோடு உடலும் சேர்ந்து விழ வேண்டிய கதிதான் ஏற்படும். இதற்காகத்தான் அந்தச் சொப்பனத்தைப் பற்றியே நான் ஒன்றும் அறிய முற்படவில்லை.

அமைதியாக மூட்டைக் கட்டிக் கொண்டு படுக்கையில் அமர்ந்தேன். சாரமற்ற, பனி மூடிய சிந்தனைகள் மூளையை வேலை வாங்கிக் கொண்டிருந்தன.

அம்மா வந்து கதவைத் தட்டினாள். சாவதானமாக எழுந்து போய், நாதாங்கியைத் தள்ளினேன். அம்மா அறைக்குள் நுழைந்து, "ரஞ்சி, போய்க் குளித்துவிட்டு அலங்கரித்துக் கொள். எட்டரை மணிக்கே அவர்கள் வந்து விடுவார்கள்" என்று கூறிச் சென்று விட்டாள்.

அப்போதுதான், என்னுடைய மனத்தில் இன்று மாப்பிள்ளை வீட்டார் வரவேண்டிய தினமென்று தட்டுப்பட்டது.

"அலங்கரித்துக் கொள்ள வேண்டுமாம்! எதற்காக? சந்தையிலே விற்க வருகிற பாத்திறங்களுக்கு, மெருகு போடுவது போலத்தானா? இல்லை - அழகுத் தெய்வத்தையே நாம் அழைத்துக் கொண்டு போகப் போகிறோமென்று வருகிறவர்கள் எண்ணி மகிழவா?"

"ஆம், இன்று மாப்பிள்ளை வீட்டார் வருகிறார்கள். தமது உபயோகத்துக்காக, அவர்கள் வாங்கப் போகும் 'பெண்' எனும் பொருள் நல்ல பொருள்தானா என்று தராதரம் பார்த்து, எடை போடத்தானே வருகிறார்கள்? கல்யாணங்கூட வியாபார மயமாக மாறிவிடுகிறது. இந்த யுகமே, விளம்பர யுகம். விளம்பரத்துக்குத் தான் இந்த யுகத்தில் மதிப்பு. கல்யாண காரியங்களிலுங் கூட, அது ரொம்பவும் தலையிட்டு விட்டது. இல்லாவிடில், அம்மா ஏன் என்னை அலங்கரித்துக் கொள்ளச் சொல்ல வேண்டும்?" என்றெல்லாம் என் மனம் யோசித்துக் கொண்டிருந்தது. மனத்தில் சமாதானமேயில்லை.

கொஞ்ச நேரத்தில் சுசீ வந்தாள். "ரஞ்சி, அம்மா உன்னை அலங்கரித்து விடச் சொன்னாள்" என்று தான் வந்த காரியத்தை விளம்பரபடுத்திக் கொண்டே, அறைக்குள் காலடி எடுத்து வைத்தாள்.

அவள் வந்ததே நல்லதாயிற்று. தனிமையிலே வதங்கும் என்னை நானே அலங்கரிக்கச் சாத்தியப்படுமா? மௌனியாக இருந்துவிட்டாலாவது சுசீ வந்த காரியத்தைப் பார்த்து விட்டுப் போய் விடுவாளல்லவா?

சுசீயின் பஞ்சரிப்புப் பொறுக்கவில்லை. போய்க் குளித்து விட்டு வந்தேன்.

சுசீயோ என்னைப் படாதபாடு படுத்தினாள். அவள் தேர்ந்தெடுத்துக் கொடுத்த புடவையைத் தான் உடுத்திக் கொண்டேன். அவள் தான் நகைகளைப் பூட்டினாள்; தலைவாரிப் பின்னினாள்; பூ முடித்தாள்; எல்லாம் அவள் தான் செய்தாள். ஆனால், என் முகத்தில் மட்டும் புன்னகையோ புது மகிழ்வோ உதிக்கவில்லை. அவள் என்னை அலங்கரிக்கும் போது, என் மனம் கொஞ்சங் கூட அமைதியாயிருக்கவில்லை.

சுசீ என்னை அலங்கரித்து விட்டுக் கீழே இறங்கினாள்.

அவள் போன பின்பு தான் மனத்தின் கொந்தளிப்பு அதிகமாயிற்று; அதை நிறுத்த முடியவில்லை. படுக்கையில் குப்புறப் படுத்துக் கொண்டேன். என்னையுமறியாமல் கண்ணீர் வந்தது. அந்தக் கண்ணீர்த் துளிகள் நான் கட்டியிருந்த பட்டுச் சேலையில் பட்டும் படாமலும் விலகி நின்றன.

அம்மாவின் வற்புறுத்தலின் பேரில் கொஞ்சம் சாப்பிட்டேன். நான் சாப்பிட்டது, என் உடம்பை அழுத்திக் கொண்டிருக்கும் பாரத்தைக் கூட்டியது போலவேயிருந்தது. பேதி மாத்திரைகளை விழுங்குவது போலத்தான் சாப்பிட வேண்டியிருந்தது. துன்பங்களை மட்டும், அப்படி விழுங்க முடியவேயில்லை; விழுங்கினாலும், அது செறிப்பதுமில்லை.

சுசீ வந்தாள்; வரும்போது, அவளது குழந்தையையும் கொண்டு வந்தாள். அந்தச் சிசுவின் முகத்திலாவது ஏதேனும் சாந்தி கிடைக்குமா என்று என் கண்கள் துருவிப் பார்த்தன. ஆனால் நிம்மதியிழந்த மனத்துக்கு எங்கிருந்து தான் சாந்தி வரவேண்டுமோ?

"ஏண்டி, பொட்டெல்லாம் அழிந்திருக்கிறது? கண்ணும் கலங்கியிருக்கிறதே" என்று அதிசயத்தோடு கேட்டாள்.

எனக்கு என்ன பதில் சொல்வதென்றே தெரியவில்லை. மனத்தில் பொதிந்திருந்த துக்கமெல்லாம் ஒன்று சேர்ந்து, தொண்டையில் மோதிற்று. அப்படியே சுசீலாவைக் கட்டிக் கொண்டு அழுது விட்டேன்.

சுசீயின் கண்களும் நிலை தடுமாறிக் கலங்கின.

"ரஞ்சி, ஏன் அழுகிறாய்?" என்று கொஞ்சிக் கொஞ்சிக் கேட்டாள் அவள்.

"எனக்கு என்னவோ அடிக்கடி பயமாயிருக்கிறது" என்று பதில் கூறினேன். அதற்கு மேல் ஒன்றுங் கூற ஓடவில்லை.

சுசீ தேறுதல் கூறினாள். கடைசியில் நானும் எனது மெழுகு போன்ற இதயத்தை இளகவிட்ட அசட்டுத் தன்மைக்காக வருந்தி வெட்கிப் போனேன்.

நான் அழுதது, சுசீயைக் கூடப் பாதித்ததே என்று எண்ணி, அவளை மகிழ்விக்கும் நினைப்போடு, ஒரு வறட்டுப் புன்னகையை வரவழைக்க முயன்றேன்; முடியவில்லை. அமைதியோடு சுவரில் கிடந்த பாலகிருஷ்ணன் படத்திலே தான் எவ்வளவு சாந்தி ததும்பிக் கொண்டிருந்தது! பெரு

விரலைச் சுவைப்பதாகக் காட்டியிருக்கும் அந்த இளம் மாதுளம் உதடுகளில்தான் என்ன உயிர்! ஆனால், என் மனத்தில் மட்டும்...?

வாசலில் வண்டி வந்து நின்ற ஓசை கேட்டது. மாப்பிள்ளை வீட்டார் வந்து விட்டார்கள் போலும்? மாடியிலிருந்து நானும் சுசீயும் பார்த்தோம். ஒரு வயதான பெண், ஒரு யுவதி - என்னை விட நாலு வயசு வேண்டுமென்றால் கூட இருக்கும் - ஒரு சிறுமி, இன்னும் இருவர் இவ்வளவு பேரும் முற்றத்தைக் கடந்து வீட்டினுள் நுழைவதைப் பார்த்தோம்.

சுசீ கீழே இறங்கிப் போனாள். நான் மாடியிலேயே இருந்தேன். மனம் மட்டும் பழைய நிலையில் தான் இருந்தது. ஆனால், அழுகை வரக்கூடிய அளவுக்குக் கொந்தளிக்கவில்லை; கொஞ்சம் மட்டுப்பட்டிருந்தது. அடித்து வைத்த கற்சிலை போல, மூளியிரவின் மோனத்திலே வானை அண்ணாந்து நோக்கியிருக்கும் குறிக்கோளற்ற மொட்டைப் பனைமரம் போல, அமர்ந்திருந்தேன். என்னுடைய மனத்தில் எங்கோ ஒரு மூலையில் இன்னும் மடியாது இருந்த ‘நம்பிக்கை’ பனிக் கட்டியைப் போல, உருகி எங்கோ கண்ணுக்குத் தெரியாமல் வழுவி ஓடுவது போலிருந்தது. என்னை விலைக்கு வாங்க வந்தர்கள் தானே கீழே உட்கார்ந்திருக்கிறார்கள்! “என்னை விலைக்கு வாங்கலாம்; என் ஆத்மாவை விலைக்கு வாங்க முடியாது. அழகை விலை பேசலாம். அன்பை விலை பேச முடியாது” என்றெல்லாம் எண்ணி மனத்தைத் தேற்றிக் கொள்ளப் பார்த்தேன்.

கீழே இறங்கிப் போன சுசீ மேலே வந்தாள். அவளுடைய முகத்தில் உற்சாகம் பொங்கிக் களியாட்டம் ஆடிக் கொண்டிருந்தது. அவளுடைய முத்துப் பற்களின் மோஹனப் புன்னகை அவளுடைய குதூகலத்தைக் காட்டிற்று.

சினேகிதிக்குக் கல்யாணம் என்ற உற்சாக வெறியோ என்னவோ!

"ரஞ்சி, கீழே வாடி, அம்மா அவசரப்படுகிறாள்!" என்று கூறிக் கையைப் பிடித்திழுத்தாள்.

"வருகிறேன்" என்றேன் தழுதழுத்த குரலில். என்னுடைய குரலில் உயிர் இல்லை. வெறும் சுருதி மட்டும் உதிர்த்த வீணை போலிருந்தது. அதில் இனிய நாதமேயில்லை. உயிர் இல்லை. வெறும் சப்தம்!

என்னைக் கையைப் பிடித்து, நடத்திக் கூட்டிக் கொண்டு போனாள் சுசீ, அனாதரவான அந்தகனை நேரான வழியில் நடத்த முயலும் கருணையாளனைப் போல.

கீழே சென்றதும் அம்மா காப்பி பலகாரத்தைப் படைக்கச் சொன்னாள். அம்மா சொன்னதையெல்லாம் ஒரு இயந்திரம் போலவே செய்து முடித்தேன். ஆனால் ஒரு தடவை -

நான் காப்பியை ஊற்றிக் கொடுத்து விட்டு நிமிர்ந்தேன்; அந்தப் பெரியவளின் பக்கத்தில் அமர்ந்திருந்த சிறுமி, "அம்மா, இதுதானா மன்னி? வேத அண்ணா மாத்திரம் இப்போ இருந்தா? அம்மா, நாம் போகும்போது மன்னியையும் கூட்டிக் கொண்டு தானே போகணும்?" என்று கேட்டாள். "போடி, பெரிய மனுஷிமாதிரிதான் - சாப்பிடு" என்று செல்லமாக அதட்டிவிட்டு, என்னைப் பார்த்தாள். அந்தப் பெயரின் உச்சரிப்பு என்னை ஒரு உலுப்பு உலுப்பிற்று. நரம்புக் கால்களில் ஓடிய இரத்தத்தில் குளிர்ச்சியை ஏற்றிய மாதிரி இருந்தது. அந்தப் பதட்டத்தில் கை நடுங்கிற்று, டம்ளரில் இருந்த காபியைச் சிறிது கொட்டி விட்டேன். உடனே உள்ளேயிருந்து, "பார்த்துக் கொடடீ!" என்ற குரல்

வந்தது. அது சுசீயின் குரல்தான். என் மனத்தில் அந்த நேரத்தில் ஏற்பட்ட சிலிர்ப்பை அவள் உணர்வாளா?

அன்றைக்கு மாடிக்குப் போகவே நேரமில்லை. கதவுக்குப் பின்புறமிருந்து, சுசியின் வம்பளப்பைச் சாவதானமாகக் கேட்டுக் கொண்டேயிருந்தேன்.

சாயந்திரமானதும் அவர்கள் கிளம்பிப் போக நிச்சயித்தார்கள். பெண் பிடித்திருக்கிறது என்றும், முகூர்த்தத்தை இன்றே நிச்சயம் செய்ய வேண்டும் என்றும் அவர்கள் அப்பாவிடம் பேசிக் கொண்டார்கள். கடைசியில், புரோகிதரை வரவழைத்து முகூர்த்தம் நிச்சயித்தார்கள். எனது உரிமை முழுவதும் பறிபோனது போல இருந்தது.

எனக்கு என்ன செய்வதென்றே புரியவில்லை. காலையிலிருந்து துக்க அலைகள் ஒன்றுக்கு மேல் ஒன்றாய் எனது நெஞ்சை அமுக்கிக் கொண்டிருந்தன. அவ்வளவு அலைகளையும் வெளியே திறந்து விட்டு, அந்த அலைகளின் மோதலினின்று என்னை விடுவித்துக் கொள்ள வேண்டும் என்று எண்ணினேன்.

அவர்கள் போனதும் நேரே மாடிக்கும் போனேன். படுக்கையில் சாய்ந்து கொண்டேன். மனம் ஒரே நிலையில் நில்லாமல் காலையிலிருந்து நடந்தவைகளைத் திருப்பித் திருப்பிக் கற்பித்துக் கொண்டிருந்தது.

“என் மனத்திலே காதல் ஏன் உதயமாக வேண்டும்? காதல் எப்படி யுண்டாயிற்று? அதை என் மனத்தில் உற்பத்தி செய்தது சந்துருதானா? இல்லை - இயற்கையின் காலமும், தூரமுந்தானா? கடவுளே, நான் காதல் கொண்டு விட்டேன். சமூகத்தின் சட்ட திட்டங்களுக்கு உட்பட்டு, எனக்குப் பிடிக்காத வேறொருவருக்கு மனைவியாகப் போகிறேனே!

எனது காதல் பாபகரமானதா? காதல் செய்வது பாவமா? நான் காதல் கொள்வது பாவமானால், நான் பிறந்தது பாவமில்லையா? வாழ்வது பாவமில்லையா?... என் மனம் ஏன் இப்படிக் கொந்தளிக்கிறது?" என்றெல்லாம் நினைத்து நினைத்து வருந்தினேன்.

சமூகத்தின் சட்ட திட்டங்களுக்குக் கட்டுப்பட்டு விட்டோம் என்று எண்ணும் போது, என்னுடைய கண்கள் கலங்கி நின்றன. துக்கத்தைத் தணிப்பதற்காக அழுதேன். மௌனமாக கண்ணீர் விட்டேன். நெஞ்சின் பாரம் குறைந்தது போல இருந்தது.

"காதல் - கடமை - சந்துரு!" - இந்த வார்த்தைகள் உள்ளடக்கி நின்ற உருவங்கள், பயங்கரக் கனவுகள் எல்லாம் என் மனத்தைக் குழப்பிக் கொண்டிருந்தன. எவ்வி எவ்வித் தணியும் கடலலையைப் போல, மனம் தத்தளித்துக் கொண்டிருந்தது. ஒவ்வொரு விநாடி கழியும் போது நான் உயிரற்ற வாழ்க்கையை எட்டிப் பிடிப்பதற்கு நேரம் நெருங்குவது போல இருந்தது. ஆம், அது எனது கல்யாண தினந்தான்.

கல்யாணத்திற்கு இன்னும் இருபது நாட்களே இருந்தன.

அத்தியாயம் : 7

இரண்டு நாள் கழித்து விடிந்தால், கல்யாணம். கல்யாண வேலைகளை அப்பா மிகத் துரிதமாகச் செய்கிறார் என்பதை அவருடைய ஓட்ட சாட்டங்கள் காட்டிக் கொண்டிருந்தன.

“ஒற்றைக்கு ஒரு பிள்ளை. அது கல்யாணத்தையாவது, நம் வீட்டிலே நடத்த வேண்டாமா?” என்று அப்பா போகிறவர் வருகிறவர்களிடமெல்லாம் சொல்லிக் கொண்டிருந்தார். அதன்படியே என்னுடைய கல்யாணத்தையும் எங்கள் வீட்டிலேயே நடத்த ஏற்பாடு பண்ணி விட்டார். அவருடைய போக்கும், நடையும் கல்யாணத்திற்குப் பல ஆடம்பரமான வேலைகள் செய்வதில் முனைந்திருக்கிறார் என்பதை எடுத்துக் காட்டின. அப்பாவுக்கு என் மேல் மிகவும் பாசந்தான். அனால், அது அளவுக்கு மீறி விட்டது.

தோட்டத்திலே அந்தச் செடி ஒன்று; அந்த ஒரே செடியின் மீதுதான் தோட்டக்காரனுக்குக் கண்ணெல்லாம். அதற்கு உரம் வைப்பதும், பதனம் பார்ப்பதுமே அவனுடைய வேலையாய்ப் போய்விடுகிறது. அந்தச் செடியின் மீதுள்ள அன்பினால் அவன் அதற்கு அடிக்கடி தண்ணீரும், உரமும் வைக்கிறான். தளிர்த்து வளர்கின்ற இளந்தளிர்களைத் தொட்டுத் தொட்டு, மனப்பூரிப்பு அடைகிறான். அவனுடைய மிதமிஞ்சிய செய்கையினால், தான் வளர்த்து வரும் செடி வளருமா, வாடுமா என்ற கவலையே ஏற்படுவதில்லை. காரணமற்ற, ஆனால் அளவுக்கு மிஞ்சிய அன்பை, அந்தத் தோட்டக்காரன் தான் வளர்க்கும் செடியின் மீது செலுத்தினால், செடி வாடி விடுகிறது; அடியிலே அழுக ஆரம்பிக்கிறது.

எனது வாழ்வும் அப்படித்தான்.

அப்பா என் மீது செலுத்துகின்ற அன்பு களங்கமற்றதுதான். ஆனால், அந்த அன்பைப் புலப்படுத்த, அவர் செய்யும் காரியங்கள் - ஆம், எனது கல்யாண காரியம் தான் - என்னை நடுங்க வைக்கிறது. மேலும், அளவுக்கு மிஞ்சிய ஆடம்பரமான செய்கை என்னை பயமுறுத்துவதாகத் தோன்றிற்று.

அப்பாவின் பார்வையில் படுவதென்றால், ஒருவித நடுக்கம் கொடுத்தது; கூடிய மட்டிலும், அவருடைய கண்களில் படாமலேயே தப்பித்து வந்தேன்.

எவ்வளவோ நாட்களுக்குப் பிறகு, அந்தச் சாளரத்தின் ஓரமுள்ள பெட்டியில் போய் அமர்ந்தேன்; வானத்தைப் பார்த்தேன்.

காலைச் சூரியன் வரவினால், மறைந்து விட்டன மேகங்கள். வெறும் நீலம் பாய்ந்த பாழ்வெளியாக இருந்தது வானம். என் மனமும் அந்த மாதிரிதானே இருந்தது? ஆனால், அந்த வெளிறிய நீல வானத்தின் மேல் கோடியில் ஒரு சிறு மேகத்துண்டு மிதந்து நின்றது. ஆம், எனது உள்ளத்தில் மிஞ்சியிருந்த சிறு ஆசைக் கனவைப் போல.

அந்த மேகத்துண்டைப் பார்த்துக் கொண்டேயிருந்தேன். சிறிதாக இருந்த அந்தத் துண்டு, விரிந்தது. விரிய விரிய, அதனுடைய நிறமும் மங்கியது. சிறிது பரந்து விரிந்த அந்தச் சிறு மேகம் நிறமிழந்து, வானோடு வானாய்க் கலந்து விட்டது. பெரிதாக நினைத்துப் பரவிய மேகம் கடைசியில் தனது சிறிய வடிவையும் இழந்து விட்டது.

என்னுடைய மனத்திலிருந்த ஆசையும், அப்படித்தான் ஆகிவிட்டது. மூலையிலே தூங்கிக் கிடந்த எனது சிறு

ஆசையை வளர்க்க எண்ணினேன். ஆனால், வளருவதாகத் தோன்றிய அந்தக் கடைசி நம்பிக்கையும் அந்த மேகத்தைப் போல மறைந்து எனது உள்ளத்தின் சூன்யத்தைப் பூரணமாக்கியது.

அந்தக் கல்யாணத்திலிருந்து தப்பித்து விடலாமென்ற சிறு நம்பிக்கை, இரண்டு நாட்களுக்கு முன் பூரணமாக இருந்தது. ஆம், இந்தக் கல்யாண பந்தத்துக்குள் அகப்பட்டு நைந்து கொண்டிருப்பதை விடத் தற்கொலை பண்ணி, உயிரை மாய்த்து விடலாமென்று நான் எண்ணினேன். ஆனால், உணர்ச்சிக்கும், சக்திக்கும் எப்பொழுதும் ஒரு போராட்டம் நடக்கும் அல்லவா? என் உள்ளத்திலும் அதுவே நிகழ்ந்தது.

தற்கொலை பண்ணிக் கொண்டால், என்னவோ, பின்னால் வரப் போகிற பயங்கரத்தை எதிர்க்கச் சக்தியில்லாது பிராணனைப் போக்கிக் கொண்டதாகத்தான் ஏற்படும். ஆனால், தற்கொலை செய்வது, மனிதனின் பலவீனத்தைத் தான் காட்டுகிறது. வாழ்க்கைப் புயலில் அடிப்படப் பயந்து நடுச்சமுத்திரத்திலே, கப்பலைத் தாழ்த்தி, வாழ்க்கை முடிவை எய்தாமல் போவதுதானே தற்கொலை? ஆம், அது மனித உள்ளத்தின் பலவீனத்தின் துணைவனாகத்தான், சஞ்சீவியாகத்தான் தோன்றுகிறது. ஆனால் என்னைப் பொறுத்த வரையில், என் சிந்தனைச் சக்கரம் எங்கெல்லாமோ சுழன்றது.

தற்கொலை பண்ணிக் கொள்வதற்குக் கூட, என் மனத்தில் சக்தியில்லை; தெம்பு இல்லை. மனிதன் தனது பலவீனத்தினால், தற்கொலையின் காலடிகளில் விழும்போது, அவனிடம் அது எதிர்பார்ப்பதும் கண நேர தைரியம் தான்; என்னிடம் அந்த ‘கணநேர தைரியமும்’ இல்லை. அதனால் நான் தற்கொலை செய்யவும் முற்படவில்லை. மேலும், எனது பெற்றோர்களின் மகிழ்ச்சிக்காக, நான் எனது வாழ்வையே தியாகம் செய்ய - தியாகமாவது தியாகம்! பலியிடவே -

தயாராயிருக்க விரும்பினேன். என்னுடைய பலவீனத்தை நான் பார்க்கும் போது, எனக்குத் துக்கம் ஏற்பட்டது. ஆனால், சந்துரு எனது காதலைப் பற்றிச் சிந்தனை செய்யாமலும், என்னைச் சாந்தப்படுத்த முடியாமலும் இருந்தால், நான் மட்டும் அவருக்காக ஏன் உயிரை விட வேண்டும் என்றும் யோசித்தேன்.

தற்கொலையின் எண்ணம் எனது மனத்தை விட்டு மறைந்தது. அந்தச் சின்னஞ்சிறு நம்பிக்கையும், அந்த வெளிறிய நீரிழந்த மேகத்தைப் போல, பரந்து விரிய ஆரம்பித்தது. கடைசியில், மனத்தில் சூன்ய நிலையோடு ஐக்யமாகிவிட்டது.

மனம் முன் மாதிரி, குரங்காட்டம் ஆடவில்லை. ஆனால், 'கும்'மென்றிருந்தது. மப்புப் போட்ட காலை நேரத்தைப் போல, முன்னெல்லாம் மனத்தில் படியும் துக்க அலைகளை, கண்ணீரினால் கழுவி வந்தேன்; ஆனால் இப்போது அதுவும் இல்லை. கல்யாணப் பேச்சு ஆரம்பமானது முதல் என் மனத்தில் ஏற்பட்ட சலனம் எனக்குப் பழகிப் போய் விட்டது. இப்போது என் மனத்தில் சாந்தியும் இல்லை, சலனமும் இல்லை, ஏதோ மறந்து போன கனவின் சின்னங்களை நினைப்பூட்டும் பேதையைப் போல் இருந்தது மனம்.

சாளரத்தின் வழியே எட்டிப் பார்த்தேன். வீட்டின் முன்னால், தெருவில் பந்தல் போடுவதற்குரிய ஆயத்தங்கள் செய்து கொண்டிருந்தனர், வேலையாட்கள். குளோபுகளும், லஸ்தர்களும் வண்டியில் வந்து இறங்குவதை, மாடியிலிருந்தவாறே பார்த்தேன். எவ்வளவோ சாமான்கள் வந்து இறங்கின. பந்தல் வேலை விரைவாக நடந்தது.

பந்தல் - குளோபுகள் - லஸ்தர்கள் - இவையெல்லாம் ஆடம்பரத்தின் அழியாத சின்னங்கள்தானே! ஆம். அப்பா

இதையெல்லாம் மிகவும் விரும்பினார். கல்யாணத்தைப் பற்றி ஏற்கெனவே பயந்து நடுங்கும் என்னுடைய மனத்துக்கு இந்த ஆடம்பரங்கள் பயங்கர உருவங்களாகத் தோன்றின.

கல்யாணம்! - அது வாழ்க்கைப் பாதையிலே ஒரு சிறு திருப்பந்தான். மோட்டார், வண்டி முதலியன செல்லாத ஒரு சந்திலிருந்து, கொஞ்சம் விசாலமான ஒரு தெருவிற்குள் திரும்பும் திருப்பத்தைப் போலத்தான் மணவாழ்க்கையும் மனிதனுக்கு அமைகிறது. இந்தத் தெருவில் கொஞ்சம் கவனமாகத்தான் நடந்து செல்ல வேண்டும். கார் வரும்; வண்டி வரும்; வாழ்க்கைப் பாதையின் சோதனைகள் இன்னும் எத்தனை உருவங்களிலெல்லாமோ வரும். ஆனால், மனிதனின் மனமோ அட்லாண்டிக் மகா சமுத்திரத்தை விட ஆழமானது; இந்தத் திருப்பத்தைச் சுலபமாகத் திரும்பிச் செல்வதை விட்டுவிடுகிறான். அதைத் திருப்பி இல்வாழ்க்கை என்னும் தெருவிற்குள் நுழைவதற்குத்தான் என்ன ஆடம்பரம்! வெறுமனே அந்தத் திருப்பத்தைத் திருப்புவதை விட்டு, மனிதர்கள் அதைப் பிரமாதப்படுத்தி, ஏதோ கருட வாகனராய் வரும் பெருமாள் ஒரு மாட வீதியின் மூலையைத் திரும்புவதைப் போல, பிரமாதப்படுத்தி விடுகிறார்கள். அப்பாவும் அப்படித்தான் பண்ணி விட்டார்களோ என நான் அஞ்சினேன். இல்லாவிடில் என் மனத்தின் பயம் ஏன் அதிகரிக்க வேண்டும்?

இத்தனை நாளும் சாந்தியடைய முயன்று வந்த மனம், இந்த ஆடம்பரங்களைக் கண்டவுடன் நிலை பெயர ஆரம்பித்தது. பிறந்த இடத்திலேயே, எங்கள் வீட்டிலேயே, எனது கல்யாணத்தை நடத்துவது மட்டும் கொஞ்சம் ஆறுதலைக் கொடுத்தது. ‘வேறு இடத்தில் நடந்தால்?’ என்பதை எண்ணவே மனத்தில் தைரியம் போதவில்லை.

“ரஞ்சி!” என்ற குரல், சாளரத்தின் ஓரத்திலிருந்து மனத்தைத் திரிய விட்டு, குரங்காட்டம் ஆட்டிய என்னை இழுத்தது. உடனே திரும்பினேன்.

சுசீ ஒரு சின்னப் பெட்டியும் கையுமாய் நின்று கொண்டிருந்தாள். நான் பார்த்ததும் என் பக்கம் ஓடி வந்தாள்.

“ரஞ்சீ, இந்தப் பெட்டியில் என்ன இருக்கிறது தெரியுமா?” என்றாள் குதூகலத்தோடு. எனக்கு அவளுடைய விளையாட்டில் கலந்து கொள்ளவே விருப்பமில்லை. எனினும், மனத்தைப் பலவந்தமாக அவளது விளையாட்டில் ஆழ்த்திக் கவலையை மறக்க உத்தேசித்தேன். ஆனால் நினைவுப் புலன்கள் எவ்வளவுதான் கவலையை ஒதுக்கி வைத்தாலும், மனத்திற்குள் ஏதோ ஒரு உட்புலன் ஒன்று, அந்தக் கவலையைத் தனக்குத்தானே பெருக்கிக் கொண்டிருந்தது. கவலையை மறப்பது கடினம்; அதுவே ஒரு பெரிய கவலையாயிருந்தது. அழுக்காய்ப் போன ஆடையை உடனே மாற்றிக் கொள்ள முடிகிறது; ஆனால் அம்மை விழுந்த உடம்பை மாற்றிக் கொள்ள முடியுமா? கவலைகளும் அப்படித்தான். நாளாவட்டத்தில் தான் கவலைத் தழும்பு மறையக் கூடும்.

“சொல்லேன் பார்ப்போம்” என்று சுசீ மறுபடியும் கேட்ட போதுதான் எனக்குத் தன் உணர்வு வந்தது. சிரமப்பட்டு வரவழைத்த போலிப் புன்னகையை விளம்பரப்படுத்திக் கொண்டு, “எனக்கு எப்படித் தெரியும்? நானென்ன மந்திரவாதியா?” என்றேன்.

“உன்னாலே சொல்லவே முடியாது. கண்ணைப் பொத்திக் கொள், காட்டுகிறேன்” என்றாள் சுசீ.

“கண்ணைப் பொத்திக் கொண்டால் எப்படியடி காண முடியும்?”

“அடி அசடே! நீ ஒரு மூடம். நான் திறக்கச் சொல்லும் போதுதான் திறக்க வேண்டும். அப்போ...” சுசீ சிரித்தாள்.

நான் கண்களை மூடிக் கொண்டேன். என் புறக்கண்கள் இருண்டிருந்தன. ஆனால், மனத்திற்கும் கண்கள் உண்டோ, என்னவோ - மனத்தின் ஏதோ ஒன்று அந்தப் பெட்டியைத் திறந்து, அதனுள் இருக்கும் பொருளைக் காண முயன்றது. அதற்குள் சுசீயின் உத்தரவு பிறந்தது.

கண்களைத் திறந்தேன்.

அந்தப் பெட்டி திறந்திருந்தது! பெட்டியினுள் நிறைய நகைகள். எனது மனத்தின் இளகிய தன்மையைக் கண்டு எக்களிப்புடன் நகைக்கும் கடினமான வைர நகைகள்!

“யாரடி அனுப்பினார்கள்?” என்றேன் வியப்போடு. அந்த நகைகளெல்லாம் எனது துன்பத்தை அதிகப்படுத்த வேண்டி, அனுப்பிய தூதர்களாகத் தோன்றின.

“அம்மா கொடுத்தனுப்பினாள். அவளுக்கு வேலை சரியாயிருக்கிறதாம். அதனால், என்னை அனுப்பி இவைகளை உனக்கு பூட்டச் சொன்னாள்” என்றாள் சுசீ.

எனக்குப் பதில் கூற ஓடவில்லை. ஆனால் சுசீ, இந்த மாதிரி வேளைகளில் மிகவும் தாட்டிகமாய் நடந்து கொள்வாள். இல்லையெனில், என்னுடைய அனுமதியையும், பதிலையும் எதிர்பார்த்து நிற்காமல், ஏன் அவள் பாட்டுக்கு நகைகளைப்

பூட்ட ஆரம்பிக்க வேண்டும்? பூட்டும் போதே, என்னிடம் பேச்சுக் கொடுத்துக் கொண்டே இருந்தாள்.

"உனக்கென்னடி உற்சாகமேயில்லை? பிறந்த வீட்டை விட்டுப் போகிறோமே என்று வருத்தமா?" என்றாள் பரிதவிப்போடு.

என் உதடு அசைந்தது; பதில் வரவில்லை. கண்ணில் நீர் கசிந்தது. சுசீயோ பேசாதிருக்கவுமில்லை.

"நானெல்லாம் போகவில்லையா? பெண்ணாய்ப் பிறந்தால் பிறந்த வீட்டிலேயே இருக்க முடியுமா?"

'பெண்ணாய்ப் பிறந்தால்' - ஆம், நான் பெண்ணாய்ப் பிறந்தது தான் என் குற்றம். ஒரு ஆண் மகனாய் மட்டும் பிறந்திருந்தால் எனது உரிமைக்காக வாதாட, எவ்வளவு தைரியமிருக்கும்? ஆனால், நான் பெண். எனக்கு எனது உரிமைக்காக வாதாட வழியில்லையானாலும், இரங்குவதற்குக் கூட தைரியம் போதவில்லை. பெண் பிறவியே இப்படித்தான். மனத்தினுள் போட்டு எதையும் மென்று விழுங்க வேண்டிய பிறவி அது!

அந்த மோதிரத்தை சுசீ மாட்டும் போது, என் மனம் பழைய சிந்தனைகளை வலுவில் ஏன் இழுக்க வேண்டும்? பிள்ளையார் கோவில் தோப்பிலே, சந்துருவுக்காக முட்டு வைத்த அதே விரல்களில் மோதிரம் ஏறும் போது என் மனது அப்படியே நைந்தது.

சுசீ வந்த காரியத்தை முடித்து விட்டுப் போய்விட்டாள்.

ஆம், ஆடம்பரத்தின் மற்றொரு பகுதியான நகைகளையும் நான் சுமக்க வேண்டி வந்தது. தங்கத்தாலும் வைரத்தாலும் இழைத்த விலங்குகளால் நான் கைதியாக்கப் பட்டேன். தங்கமானால் என்ன? வைரமானால் என்ன? விலங்கு விலங்குதானே?

சுசீ போன பின் பழையபடி சாளரத்தில் போய் அமர்ந்தேன்; நிம்மதியற்ற மனத்துக்குச் சாந்தியளிக்கும் இயற்கை விதானமான வானைப் பார்க்கத் திரும்பினேன். ஆனால், வெளியில் இருண்டிருந்தது. வானை நான் பார்க்க முடியவில்லை. காரணம், பந்தல்காரன் பந்தலின் மேல் தட்டியை சாளரத்துக்கு மேலாகவே கட்டியிருந்தான். அந்த சாந்தி தரும் வானைப் பார்க்க விடாதபடி, திரையிட்டது போல அமைந்திருந்தது பந்தல்.

உடலைச் சிறையிட்டது போலச் சிரித்தன நகைகள். உள்ளத்தின் ஓட்டத்தைச் சிறைப்படுத்தியது போலச் சிரித்தது பந்தல். ஆம், என் சிந்தனை வானும் 'கப்'பென்று மூடிப் போயிற்று. ஒரு குறிப்பிட்ட இடத்திற்குள் அது அடங்கி விட்டது.

அது விரிந்து பரந்து விசாலமாகும் நாள் எந்நாளோ? யார் கண்டது?

அத்தியாயம் : 8

அன்று என் கல்யாண தினம். எனது உரிமைகளைப் பொடிப் பொடியாக்கி, அதைக் குழைத்து என்னை சிறைப்படுத்த எண்ணிய கோட்டை கட்டும் புனித தினம் அது!

முந்தின நாள் இரவு முழுவதுமே எனக்குத் தூக்கம் சரியாக இல்லை. அதெப்படி வரமுடியும்? இரவு முழுதும் மனத்தினுள் என்னவெல்லாமோ எண்ணி எண்ணி வெதும்பிக் கொண்டிருந்தேன். எவ்வளவு வெதும்பினாலும், எப்படியும் மறுநாள் காலை ஒருவருக்கு - நான் விரும்பாத ஒருவருக்கு - மனைவியாகப் போகிறேன் என்ற எண்ணம் மட்டும் என் மன நிறைவைப் போக்கிச் சூன்யமாக்கிக் கொண்டிருந்தது. சாளரத்தின் வழியே என் முகத்தில் வந்து விழுந்த 'க்யாஸ்லைட்'டின் வெளிச்சம் எனக்கு வேதனை தந்தது. சீறி வரும் நாகத்தைப் போல், 'புஸ்' என்றெரியும் அந்த விளக்கின் ஒளியை விரும்பி, அந்த ஒளித்தேனைப் பருக விரும்பி, விட்டில்களும், கொசுக்களும் அந்த விளக்கின் சிம்னியை முத்தமிட்டுக் கருகி விழுந்தன. அந்த ஒளி, சூடு பொருந்திய அந்த ஒளி, அவைகளைச் சாந்தப்படுத்தவில்லை.

என் உணர்ச்சிகளும் அப்படியே தான் இருந்தன. மனத்தில் ஏதோ ஒரு மூலையில் தண்ணொளி பரப்பி வாழ்ந்த அந்த ஒளியை நாடி, எனது உணர்ச்சிகள் பறந்து சென்று முத்தமிடும் போது, அவைகளும் கருகி விழ ஆரம்பித்தன. 'தங்கம் உருக்கித் தழல் குறைத்துத் தேனாக்கிய' அந்த ஒளி, தற்போது வெம்மை யெய்தி விட்டதோ என்னவோ?"

தூக்கமற்ற எனது கண்கள் ஒரு நிலையில் குத்தி நின்றன. கவனிப்பற்ற நீரூற்று கன்னங்களின் வழியாய் வழிந்து கொண்டிருந்தது. மனத்திலிருந்த சோகம் தன்னுள்ளேயே

பொருமிக் கொண்டிருந்தது. 'குபீர்' என்று அணையை உடைத்துப் பாயும் வேகத்தை, எனது நெஞ்சின் குமுறல் எப்போதோ இழந்து விட்டது; இல்லையெனில், அது மோன நிலையில் தன்னுள்ளேயே பொரும வேண்டிய காரணமில்லை யல்லவா?

"ரஞ்சி! ரஞ்சி!" என்று யாரோ என்னுடம்பின் மேல் கைதொட்டு எழுப்பிய போது, திடீரென்று அரைத் தூக்கத்திலிருந்து விழித்தெழுந்து கொண்டேன். அது வேறு யாருமில்லை, சுசீலாதான். எழுந்திருந்த வேகத்தில் அப்படியே அவளைத் தாவித் தழுவிக் கொண்டேன். அந்தத் தழுவலை எண்ணும் போது, இன்னும் என் மனம் கிளுகிளுக்கிறது; அனுபவிக்கிறது.

விடியப் போகிற நேரம் என்பதை அறிந்து கொண்டேன். முகூர்த்தத்துக்கும் சில மணி நேரந்தான் இருந்தது.

மனத்தில் உற்சாகமேயில்லை; உணர்வுமில்லை என்று கூடச் சொல்லி விடலாம். குளித்து முடித்த பின், என்னைப் பிறர் கொலுப் பொம்மையை அலங்கரிப்பது போல் அலங்கரித்தனர். எல்லோரிடமும் நான் ஒரு இயந்திரம் போலத்தான் நடந்து கொண்டேன். சுசீலா மட்டும் என் பக்கத்திலேயே இருந்தது, என் மனத்துக்குக் கொஞ்சம் ஆறுதல் அளித்தது.

வெளியிலே நாதஸ்வரக்காரன் தன் குழல் வழியாய், சோகரசத்தையே வடித்துக் கொட்டுவது போல வாசித்துக் கொண்டிருந்தான். எனது நெஞ்சில் எழும் சோக அலைகளை எதிர்த்தடிக்கும் உணர்வுகளைப் போல, தவுல்காரன் 'பட பட'வென்று தட்டிக் கொண்டிருந்தான். என் இதய கமலத்தைச் சிதறவடித்து நொறுக்கும் சம்மட்டியடிகளாகத் தோன்றியது அந்தத் தவுலினின்று எழுந்த நாதம்.

முகூர்த்த வேளை நெருங்கியது. மணப்பெண்ணாகிய என்னை அழைத்து, மணமேடைக்குக் கூட்டிச் சென்றார்கள். ஓர் ஏழைக் குருடனின் கையிலுள்ள கம்பைப் பிடித்து வழி காட்டும் பரம தயாளுவைப் போல, என் கையைப் பிடித்து, யாரோ அழைத்துச் செல்வதை மட்டும் நான் உணர்ந்தேன். ஆனால், என்னையிட்டுச் செல்லும் அந்தப் 'பரம தயாளு' என்னை நல்ல பாதையில் திருப்பி விடுமா, இல்லை - குழிக்குள் எங்கேனும் தள்ளி விடுமா என்பதை என்னால் நிர்ணயிக்க முடியவில்லை.

தாலி கட்டுவதற்கு முன்னுள்ள சடங்கையெல்லாம் ஏதோ ஒரு முடுக்கி விட்ட இயந்திரப் பொம்மையைப் போலத்தான் செய்தேன். ஒன்றையாவது உள்ளத்தின் உணர்வோடு செய்ததாக நினைவில்லை. முகூர்த்த காலமும் வந்து விட்டது.

கொந்தளிப்பு உள்ளடங்கிப் போன மனத்தின் மோனக் குமுறலோடு, நான் மண மேடையில் அமர்ந்திருந்தேன். பக்கத்திலே 'அவர்' அமர்ந்திருந்தார். முதல் தடவையாக, நான் அவரது பக்கம் அமரும் போது, அவரது கால் விரல்கள் என்னுடைய கையில் பட்டுவிட்டன. அப்போது பார்க்க வேண்டும், என் உடம்பு பட்ட பாட்டை! ஏதோ 'ஷாக்' அடித்த மாதிரி புல்லரித்து விட்டது. அப்போதே, என் மனத்தில் ஒரு விவரமற்ற பீதி உருவாக முயற்சித்தது. ஆம், இந்தப் புல்லரிப்பில் என் உயிர் இப்படி நடுங்குமேயானால், இன்னும் எவ்வளவு காலம் இவரோடு? - என் பீதி உருவாக முயற்சித்ததில் தவறொன்றுமில்லையல்லவா?

பத்திரிகையில் குறிப்பிட்டிருக்கும் சுபவேளை வந்தே விட்டது.

மேளகாரன் ‘படபட’வென்று தட்டினான். புரோகிதர் வாயில் வந்த மந்திரங்களை யெல்லாம் உளறிக் கொட்டினார். மண மேடையைச் சுற்றி நிற்கும் சிறு பெண்கள் குலவையிட்டனர். ‘அவர்’ கையில் என்னை அடிமைப்படுத்த வேண்டிய புனிதச் சின்னம் ஏறிற்று.

மேளச் சப்தமும், பெண்களின் அட்டகாசமும் என்னுடைய பொருமலைக் கிளப்பி விடுமோ என்று பயந்தேன். ஆனால், பதை பதைக்கும் வெயிலிலும், பலத்த மழையிலும் தன் பாட்டிலே அமைதி நிலையில், சோகத்தை நினைந்துருகித் தவமிருக்கும் கற்சிலையைப் போல நான் அமர்ந்திருந்தேன். எனது கழுத்தில் ஏறவரும் தாலியை எதிர்பார்த்திருந்தேன். மிஞ்சி வந்த துயரை எதிர்க்கத் துணியும் அசட்டுத் தைரியசாலியைப் போல.

மேள வாத்தியம் முழங்க, அவர் என்னைத் தன் ‘மனைவி’ என்று உரிமை கொண்டாட வழி வைக்கப் போகும் அந்தத் தாலியை எடுத்து எனது கழுத்தில் கட்ட ஆரம்பித்தார். அவர் போடுகிற அந்த முடிச்சுகள் அப்படியே இறுகி இறுகி, என்னைக் கொன்றுவிடக் கூடாதா என்று எண்ணினேன். மனம் சஞ்சலமடைந்தது. குபீலென்று கண்ணீர் வெளிப் பாய்ந்து விடுமோ என்று அஞ்சினேன். உள்ளத்தின் சோக அணை எந்த நேரத்தில் உடைபடுமோ என்று எதிர்பார்த்தேன். ஆனால் குமுறிச் சீறிய என் இதயம் சத்தியத்துக்குட்பட்ட பாம்பைப் போலத் தனது படத்தைச் சுருக்கிப் படுத்து விட்டது. நான் செயலற்றவளானேன்.

ஆனால் - ?

அவர் என் கழுத்தில் அந்தத் தாலியைக் கட்டின போது, ஒரே ஒரு துளி சூடு பொருந்திய கண்ணீர் அவரது கையில் பட்டு விட்டது. உடனே அவர் ‘சுரீர்’ என்று தேள் கொட்டிய மாதிரி

கையை இழுத்துக் கொண்டார். அவரது இந்தத் திடீர்ச் செய்கையைக் கண்டு, மெதுவாகத் தலை நிமிர்ந்தேன். அவர் கண்கள் என்னைச் சந்தித்தன. சட்டென்று குனிந்து கொண்டேன். உள்ளத்தின் குமுறலை அடக்கிக் கொண்டு. என் முகத்தில் மிகுந்த கலவரத்தை அவர் உணர்ந்து விட்டாரோ என்று மனம் பரிதவித்துக் கொண்டிருந்தது. ஒரு வேளை அறிந்திருந்தால் என்ன நினைப்பார்? திரும்பியும் அவர் முகத்தைப் பார்க்கச் சந்தர்ப்பம் ஏற்படுமா என்று என் மனம் துடித்தது.

அடுத்தாற்போல, மணச் சடங்குகள் ஒழுங்காக நடைபெற ஆரம்பித்தன. 'அம்மி மிதித்து அருந்ததி பார்க்கும்' சடங்கு வந்தது. கல்யாண வைபவத்தில், இதுவும் ஒரு சடங்கு. கல்யாணமாகும் மணப் பெண்கள், "கற்பிழந்த அகலிகையைப் போலல்லாமல், கற்பு நிலையினால், தாரகை மண்டலத்தில் இடம் பெற்ற அருந்ததியைப் போல் வாழ்வேன்" என்று குறிப்பாலுணர்த்தும் ஒரு சடங்கு இது. அகலிகை, தனது கணவரது சாபத்தால் கல்லாய்ப் போனாள். ஆதலால், அம்மி மிதிப்பது கல்லாகிய அகலிகையை மிதிப்பதாக ஐதீகம். ஆனால் அகலிகையைப் பொறுத்த மட்டில் அவள் கற்பிழந்தவள் என்று கூற எனக்குத் தைரியமில்லை. 'உலகத்துப் பெண்களைத் தன் சகோதரி என்று நினையாத' ஒரு துன்மார்க்கனின் காம வெறிக்குப் பலியானாள் அகலிகை. அவள் உள்ளத்தால் களங்கமடையவில்லை. அகலிகையை நினைக்கும் போது, அவள் வாழ்வு குலைந்ததை எண்ணும் போது, "சந்தர்ப்பத்தால், அபலை களங்கமானால், அவள் என்ன செய்ய முடியும்?" என்று வினவும் ஒரு புதுமை எழுத்தாளரின் பொன்வரிகள்தான் என் காதில் ஒலிக்கின்றன. அகலிகை இந்திரனைக் கண்ணாலும் காணவில்லை; கருத்தாலும் எண்ணவில்லை. தனது கணவன் உருவில்தான் அவனைக் கண்டாள். தன் கணவனென்று நினைத்துத்தான் அவன் கருத்துக்கும் இசைந்தாள். காலத்தின் போக்கில் இந்த மாதிரி அசந்தர்ப்பம் என்னும் பாறை அவள் மீது உருண்டால்,

மற்றவர்கள் அதை விலக்கி அவளைக் காப்பதை விட்டு, அவள் மீது இன்னும் ஒரு பெரும் பழி என்னும் பாறையை உருட்டி விட்டால், அது ஆண்மைக்கு அழகாகுமா? எது என்னவாயினும் சரி, அகலிகை மாசு மறுவற்ற சகோதரி என்பதுதான் எனது எண்ணம்.

அம்மியை மிதிக்கக் காலையெடுத்து வைத்தேன். என்னுடைய சிந்தனா சக்கரம் பேய் வேகத்தில் சுழன்றது. களங்கமற்ற ஒரு அபலைச் சகோதரியின் மணியான கௌரவத்தை மாசு படுத்துவது போல இருந்தது. காலை வைக்கும் போது, என் உடம்பு நடுங்கியது. கட்டுப்பாடும் புரோகிதமும், பாவம், இப்படி ஒரு பெண் தெய்வத்தின் புனிதத்தைப் பங்கப்படுத்தவா எண்ண வேண்டும் என்று வருந்தினேன். ஆனால், நான் என்ன செய்ய முடியும்? எனக்கும் சந்தர்ப்பம் அப்படி வந்து வாய்த்து விட்டதே! அம்மியை மிதித்தேன்.

எனது கால் முதல் தலைவரையிலும் கிடுகிடுக்க ஆரம்பித்தது. அகலிகா தெய்வத்தின் தெய்வீகத்தை மாசுபடுத்தும் அம்மி மிதிப்பும், என் மனக்குறும்புஞ் சேர்ந்து, என்னை நடுங்க வைத்தன. 'கற்புடையவளாக வாழ்வேன்' என்று ஆணையிடும் விதத்தில் இந்தச் சடங்கிற்கு நான் உட்பட்டிருக்கிறேன். ஆனால் அகலிகையைப் போல் எனக்கும் ஒரு சந்தர்ப்பம் நேரிட்டால்? எப்போதாவது சந்துரு என்னை விரும்பி...? அப்பா! என் மனம் சிலிர்த்தது. நானும் கற்பையிழந்து விடுவேனோ என்ற பயம் என்னை நடுங்க வைக்கக் காரணமாயிருந்தது.

அம்மி மிதித்து, அருந்ததியைப் பார்ப்பதற்காகத் தலையை நிமிர்த்தினேன். மேலே வானும் இல்லை; அருந்ததியும் இல்லை. வெள்ளைவெளேரென்று வெளிறிய பந்தலும், லஸ்தர் மணிகளுந்தான் இருந்தன; "பெண்ணே! என்னத்தைப் பார்க்கிறாய்? நீல விதானத்தையும், தாரகைச் சுடர்களையுமா?

அது இப்போது முடியாது; நீ கட்டுப்பாட்டுக்கு அடிமைப் பட்டவள்; சமூகத்துக்கு அஞ்சியவள். உனது பார்வை விலாசமாக இருப்பது இனிக் கடினம். வானத்தையும் விண்மணியையும் நீ இப்போது காண முடியாது. உனது பார்வை குன்றிவிட்டது. ஒரு குறிப்பிட்ட எல்லைக் கோட்டுக்குள் உனது பார்வை நின்று விட்டது. இந்தப் பந்தல் வானத்தையும் அதில் தொங்கும் செயற்கை லஸ்தர் மணிகளையும் தான் நீ காண முடியும். இதைப் பார்த்துத்தான் நீ மனந்தேற வேண்டும், தெரியுமா?" என்று வாய்விட்டுக் கத்தி, என்னைப் பார்த்துச் சிரிப்பது போன்றிருந்தது, அந்தப் பந்தல்.

என் மனம் கிறுகிறுத்தது. முகத்திலெல்லாம் முத்து முத்தாக வியர்வைத் துளிகள் துளிர்த்து நின்றன. மூளையில் ஏற்பட்ட எண்ணக் கொதிப்பை, முகம் புலப்படுத்தி நின்றது.

அடுத்தாற்போல் மாலை மாற்றும் சடங்கு. இது ஒரு நல்ல சடங்குதான். ஒருவருக்கொருவர் ஆத்ம சமர்ப்பணத்தைப் புலப்படுத்த உபயோகப்படும் ஒரு முறை. முதலில் அவர் தான் என் கழுத்தில் மாலையைப் போட ஆரம்பித்தார். அவருடைய கைகள் என்னை நெருங்கும் போது, "அவர் போடுகிற இந்த மாலை, அப்படியே கால சர்ப்பமாக மாறி, என்னைத் தீண்டிவிடக் கூடாதா?" என்று எண்ணினேன். அவர் அன்போடு சூட்டுகிற இந்த மாலை, அப்படி ஒன்றும் மாறிவிடவில்லை.

மாலையின் குளிர்ச்சி என் உள்ளத்தின் புல்லரிப்பை அதிகரித்தது. அடுத்தாற் போல், நான் எனது கழுத்தில் கிடந்த வேறொரு மாலையை அவர் கழுத்தில் சூட்டத் தயாரானேன். அந்த மாலையை அவர் கழுத்தில் போடும் போது, என் மனத்தில் எவ்வளவோ உணர்ச்சிகள் உருண்டன. உடலும், அவயமும் அதை ஒரு இயந்திரத்தின் செய்கையாகவே செய்து முடித்தன. அந்த மாலையில் என் அன்பு என்னும் மணம்

சேரவில்லை. தாளினால் செய்த வாசனையற்ற, போலி மாலையின் நினைவுதான் எனக்கு வந்தது. எனது ஆத்மாவை அவருடைய காலடிகளில், அந்த மாலையோடு சமர்ப்பிக்கப் போதிய தைரியமில்லை; முடியவுமில்லை.

எல்லாச் சடங்குகளும் முடிந்தன. கடைசியாக எங்கள் பெற்றோர்களுடைய பாதங்களில் விழுந்து, வாழ்த்துரை பெற வேண்டிய நேரம் வந்தது. கையைப் பிடித்துக் கொண்டே, உள்ளே நடக்க ஆரம்பித்தார் அவர். நானும் தொடர்ந்தேன். தம்பதிகளாக எனது பெற்றோர் காலடியில் வணங்கி, அவர்களது பரிபூரண வாழ்த்தைப் பெற்றோம்.

இனி, நான் அவர் மனைவி; அவர் என் கணவர்.

அத்தியாயம் : 9

அன்று, நானும் என் கணவரும் எனது பெற்றோரின் காலடிகளில் விழுந்து வணங்கினோம். ஆனால், கல்யாண தினத்தன்று இருந்த உற்சாகமும், மகிழ்வும் இன்று அவர்கள் முகத்திலில்லை. கண்ணில் மதகு நிறைந்த குளத்து நீரைப் போல, கண்ணீர் பெருகி நின்றது. ஆம், நான் மறு வீடு செல்ல வேண்டிய தினம், அது. பதினெட்டு வருட காலமாய், வாழ்வோடு வாழ்வாய், இன்பத்தோடு இன்பமாய், துன்பத்தோடு துன்பமாய், வாழ்ந்து வந்த எங்கள் குடும்பத்தின் அங்கத்திலொன்றான என்னைப் பிரிவதென்றால், அவர்களுக்குத் தாங்க முடியாதுதான். ஆயினும் என்ன செய்ய முடியும்? அப்பாவும், அம்மாவும் என்னைத் துக்கம் நிறைந்த மனத்தோடுதான் வாழ்த்தினார்கள். அந்தத் துக்கத்தின் விம்மல் கலந்த வாழ்த்தில்தான் வேகமும் சக்தியும் அதிகம் இருப்பதாக எனக்குப் புலப்பட்டது.

எனக்கும் அன்றுதான் பிரிவின் கொடுமையை நன்கு உணர முடிந்தது. எங்கள் வீட்டை விட்டு, நான் போகப் போவது, ஏதோ ஒரு செங்குத்தான மலையினின்று கீழிறங்கி வரும் போது, காலின் பிடிப்புத் தவறி, முடிவற்ற பாதாளத்திற்குள் உருண்டு போவது போலத் தோன்றியது. என்னுடைய அறைக்குள் சென்று, பிரயாணத்திற்கு வேண்டிய சாமான்களை எடுத்து அடுக்க ஆரம்பித்தேன். புடவை முதலியவற்றை யெல்லாம் எடுத்து வைத்து முடிந்ததும், ஒழிந்த நேரங்களில் வாசிப்பதற்காக இரண்டு புத்தகங்களும் எடுத்துக் கொள்ளுவோமே என்று எண்ணி அலமாரியைத் திறந்தேன். ஆம், கவலை நிரம்பிய மனத்தை மறக்கடிக்கப் புத்தகங்களும் சிறந்த சாதனம். தான் போகிற போக்கெல்லாம் இழுத்துச் செல்லும் புத்தகங்களிடையே நாம் தலையைப் புதைத்துக் கொண்டால், நம்மைக் கவலைகள் அண்டுவதில்லை. அப் புத்தகங்களின் மோனப் பேச்சிலும், கனவுலகிலும் ஈனக்

கவலைகளை மறக்க முடிகிறது. ஒரு வேளை, நைந்த உள்ளத்திற்குச் சாந்தியளிப்பதே கவிதையும், கனவுந்தானோ, என்னவோ?

ஆதலால், இரண்டு மூன்று நாவல்களையும் எடுத்து வைத்துக் கொண்டேன். அவற்றில் கவி தாகூரின் 'குமுதினி'யும் ஒன்று. முற்றத்திலே இரை பொறுக்கும் சிட்டுக் குருவிகளின் கவலையற்ற செய்கையிலே, மனத்தைச் செல்லவிட்டு, நெஞ்சின் குமுறலைத் தணிக்கும் குமுதினியை என்றுமே நான் மறக்க முடியாது. எனக்கு மிகவும் பிடித்தமான கதைகளில், அதுவும் ஒன்று. என்னைப் போன்ற ஒரு அபலைச் சகோதரிதானே குமுதினியும்?

புத்தகங்களை எடுத்து வைத்து முடிந்ததும், சுசீ தனது புத்திரச் செல்வத்தோடு அறைக்குள் வந்தாள். அவளுடைய நடையில் உற்சாகமே இல்லை. 'கலகல'வென்று ஒலிக்கும் அவளது பாதசரம் இடைவிட்டு ஒலிப்பது, அவளது நெஞ்சின் நிலையை எடுத்துக் காட்டியது. அவள் முகத்தில் ஒரு ஆழங் காண முடியாத சோகத்திரை படந்திருந்தது. அவள் அதை வெளிக்காட்டாமலிருப்பதற்காக, ஒரு புன்னகையை உதட்டில் வரவழைக்க முயன்று கொண்டிருந்தாள். ஆயிரம் திரைகளுக்கப்பால், அவள் தன் சோகத்தை மறைக்க முயன்றாலும் அது இன்னுந் தெளிவாகவே தோன்றுமென்பதை அவளால் உணர முடியவில்லை. ஒரு வறட்டுப் புன்னகையிலேயே, சோகம் வாடி மறையக் கூடியதா, என்ன?

"சுசீ!" - என் குரல் கம்மிற்று; மறைக்க முயற்சி செய்யாத எனது உள்ளத்தின் சோகக் குமுறலின் ஒலியாக, இவ்வார்த்தை ஒலித்தது.

சுசீலா பதில் ஒன்றும் பேசவில்லை. அப்படியே என்னை அணைத்துக் கொண்டாள். அந்த அணைப்பில் என்னவோ ஒரு ஆனந்தம் இருந்தது. அந்த ஆனந்தத்தில் நான் அப்படியே மூழ்கிக் கிடந்தேன். நாங்கல் இருவரும் அப்படியே எவ்வளவு நேரம் இருந்தோமோ, எனக்குத் தெரியாது. சுசீயின் குழந்தையின் கூக்குரலைக் கேட்டுத்தான் நாங்கள் விழிப்படைய முடிந்தது.

"ரஞ்சி, கவலைப்படாதே. வாழ்வில் பிரிவு என்பது இயற்கைதானே? பிரிவு என்று ஒன்று இருந்தால்தானே, நட்பின் முடிச்சும் இறுகும்" என்று தத்துவம் பேசி என்னை மயக்க முயன்றாள், அந்தப் 'பெரிய மனுஷி'.

எனக்கு என்ன பதில் சொல்வதென்றே தெரியவில்லை. ஆம், பிரிவு! பிரிவின் கொதிப்பைத் தாங்க முடியாதுதான். எங்களூர் கம்பராமாயணப் பிரசங்கி ஒரு தடவை கூறியது என் நினைவுக்கு வந்தது. ராமன் வனம் போவதற்கு முன்னால், சீதையிடம், "காட்டில் கல்லும் முள்ளும் நிறைந்திருக்கும். கானல் வேட்கை உன்னைக் கருக்கி விடும்" என்று கூறியதற்கு, "உன் பிரிவினுஞ் சுடுமோ, பெருங்காடு?" என்று சீதை பதில் சொன்னாளாம். ஆம், கொடிய பாலைவனத்தின் மணலின் சூட்டைக் கூடத் தாங்கி விடலாம். ஆனால் பிரிவின் கொதிப்பை மனித உள்ளம் தாங்க வேண்டுமானால், அதற்கு எவ்வளவோ மனப்பக்குவம் வேண்டும்.

துக்கத்தின் எல்லைக்குள் திக்குமுக்காடும் என்னை மகிழ்விக்க எண்ணியோ, என்னவோ சுசீ என்னைப் பார்த்து, "ரஞ்சி, அடுத்த தடவை நான் இவ்விடம் வரும்போது, இதோ என் பிள்ளை இருக்கிறானே, இவனுக்கு ஒரு தம்பியோடு நீ இருக்க வேண்டும்" என்று கூறி நகைக்க முயன்றாள். ஆனால் அவளது பேச்சளவிலேயே நகைப்பு நின்று விட்டது; உள்ளத்தைத் தொடவில்லை.

தம்பி! சுசீயின் மகனுக்கு ஒரு தம்பி! - என் துக்கம் மாறுவதாகத் தோன்றவில்லை. அப்படியே அவள் குழந்தையை எடுத்து அணைத்துக் கொண்டேன்.

கண்களைத் துடைத்துக் கொண்டு, சுசீ குழந்தையை வாங்கிக் கொண்டாள். இருவரும் ஒன்றும் பேசவில்லை. எனது சிந்தனை அசைவற்ற வான மண்டலத்தின் சூன்ய வெளியிலே முயங்கி நின்றது. உள்ளத்திலே, அலைபாயும் சோகத்தின் ஒலிகள் வானை எட்டிப் பார்த்தன. சிந்தனா சக்கரம் பேய் வேகத்தில் கறங்கியது.

உலகில் பிரிவு என்பது இயல்புதான். மனித உலகத்தில் சிநேக பாசத்தால் கட்டுப்பட்ட உள்ளங்களின் உடல் பிரிகிறது; உயிர் பிரிவதில்லை. ஆவி கலந்த ஆன்ம நேயம் உண்டானால், ஆவி பிரியாது; உடல் தான் பிரிய முடியும். ஆனால், மனித உள்ளமோ உடம்பின் மீதுதான் அதிகமான நம்பிக்கையும் அன்பையும் வைத்திருக்கிறது. ஆன்ம நேயத்தை அறிய, பக்குவம் அதிகம் வேண்டும். அதனால்தான், பிரிவின் வேதனை பெரிதாகத் தோன்றுகிறது.

என்னுடைய சிந்தனைச் சுழற்சி அப்பாவின் அழைப்பினால், சடக்கென்று நின்றது.

"ரஞ்சி, நேரமாகிறது. சீக்கிரம்!" என்ற வார்த்தைகள் என்னைப் பூமிக்கு இழுத்து வந்தன. சுசீயும் நானும் வெளியில் வந்தோம். கதவின் ஓரமாக நான் ஒதுங்கி நின்று கொண்டேன். வெளியில் சம்பந்தி வீட்டாருடன் அம்மாவும் அப்பாவும் பேசிக் கொண்டிருந்தார்கள்.

"மாப்பிள்ளை! குழந்தை சின்னஞ் சிறுசு. அறியாக் குழந்தை. இனிமேல் நீங்கள்தான் அவளுக்கு எல்லாம். நான் அதிகமாய் ஒன்றுங் கூற வேண்டியதில்லை."

“வருத்தப்படாதீர்கள். உங்கள் பிள்ளை வேறு, நம் பிள்ளை, வேறா? பூவோ பொன்னோ என்று பார்த்துக் கொள்வோம்” என்று சமாதானம் செய்தார் மாமா.

எனக்கு என்ன பண்ணுவதென்றே தெரியவில்லை. மனத்தில் போட்டிருந்த அணை உடைந்து விட்டது. ‘கோ’வென்று அழுதுவிட்டேன். என்னுடைய அழுகைச் சப்தம் வெளியில் நின்ற அம்மாவை உள்ளே இழுத்து வந்து விட்டது. அம்மா என்னை அன்போடு தடவிக் கொடுத்து, “ரஞ்சி, அழாதேயம்மா! நீயே அழுதால், அதன்பின் எங்களுக்கு யாரம்மா ஆறுதல்? அப்பா அடிக்கடி உன்னை வந்து பார்த்துக் கொள்வார். அழாதே” என்று தேற்றினாள். பின் அவள் தனக்குத்தானே, “நீ போய்விட்டால் இந்த வீடும் சிலையிழந்த வெறுங்கோவில் தான். வீடே வெறித்தோடிப் போய்விடும்” என்று தனக்குத் தானே முனகிக் கொண்டதும் எனக்குக் கேட்காமலில்லை.

அவள் கண்களில் ஒரு துளி நீர் தேங்கி நின்றது. தொண்டையின் குரல் கம்மியது. மேற்கொண்டு ஒரு வார்த்தை கூட அவளால் கூற முடியவில்லை. ரயிலுக்குப் போக வேண்டிய நேரமும் நெருங்கியது.

எல்லோரிடமும் செலவு பெற்றுக் கொண்டு வண்டியில் ஏறினோம். முதலில் நான் ஏறிக் கொண்டேன். பின்னால் அந்தச் சிறுமி - என் கணவரின் தங்கை - ஏறினாள். கடைசியில் அவர் ஏறிக் கொண்டார். எங்கள் இருவருக்குமிடையில், அந்தச் சிறுமி வந்து அமர்ந்தது என் மனத்துக்குக் கொஞ்சம் ஆறுதல் அளித்தது.

மற்றவர்களெல்லாம் வேறு வண்டிகளில் ஏறிக் கொண்டனர். எல்லா வண்டிகளும் 'ஜல் ஜல்'லென்று கிளம்பின.

போகிற வழியில் -

அந்தப் பிள்ளையார் கோவில் தோப்பு, சந்துருவும் நானும் நாவற்பழத்திற்குச் சண்டையிட்ட தோப்பு, விரல் கனிய முட்டு வைத்த விளையாட்டுத் தோப்பு, கடைசி முறையாக, சந்துருவின் ஸ்பரிசம் பெற்ற தோப்புத்தான் - அது என் கண்ணில் பட்டுவிட்டது. பசுமை குலுங்க நிற்கும், அந்தத் தோப்பின் மரங்கள் என் மனத்தை இறந்தகால இன்ப நிலைக்கு இழுத்துச் சென்றன. எனது இளமையில் குளுமை பெய்த அதே கற்பகச் சோலைதான் இன்று என் உள்ளத்தையே தகிக்கச் செய்யும் காண்டவ வனமாக மாறி விட்டது. அந்தத் தோப்பைக் காணக் காண என்னுடைய தனிமையின் தன்மை விசாலமாவது போலத் தோன்றிற்று. மெல்ல மெல்ல, என் கண்களிலிருந்து, அது மங்க ஆரம்பித்தது. அது மங்கினாலும், மனத்தில் அந்தத் தோப்பு வரைந்த பழங்கால நினைவுச் சித்திரங்களின் கோடுகள் மங்குவதாகத் தெரியவில்லை.

சிறிது நேரத்துக்கெல்லாம் ரயில்வே ஸ்டேஷன் வந்தடைந்தோம். பிளாட்பாரத்திற்குச் சென்ற சிறிது நேரத்துக்கெல்லாம் எத்தனையோ பிரயாணிகளை இறக்கி விடும் உற்சாகத்தில், முதுகை நெளித்து விட்டுக் கொண்டு பெரு மூச்சுடன் நின்றது ரயில். ஏற வேண்டியவர்களெல்லாம் ஏறிக் கொண்டாய் விட்டது. அப்பாவும் அம்மாவும் வேறு சிலரும் பிளாட்பாரத்திலேயே நின்றார்கள். அப்பாவின் கண்கள் கலங்கியிருந்தன.

என் பெற்றோர்களிடமிருந்து, என்னை எங்கோ இழுத்துச் செல்லப் போவதாகத் தோன்றும் ரயிலைப் பார்த்ததும் என்

மனம், மீண்டும் கலங்கியது. அழுது விட்டேன். நான் அழுவதைக் கண்ட அவரது தங்கை என்னைப் பார்த்து, "ஏன் மன்னி அழறே?" என்று பரிதாபத்தோடு கேட்டாள். எனது பதில் வெறும் விம்மலாகத்தான் இருந்தது. மீண்டும் அவள் அவரைப் பார்த்து, "அண்ணா, மன்னி ஏன் அழுதா?" என்று தன் சந்தேகத்தை நிவர்த்திக்கும் பாவனையில் கேட்டாள். அந்தக் கேள்வி அவரை என் பக்கம் திருப்பிற்று.

"ரஞ்சி!" என்ற குரல். அவர் தான் அவ்வளவு மெல்லிய குரலில் அழைத்திருக்கிறார்.

நான் ஏறிட்டுப் பார்த்தேன். அவரது கண்களிலே அன்பின் அபூர்வ ரேகையின் ஒளி நிரம்பியிருந்தது. அதை என்னால் எதிர்த்து நோக்க முடியவில்லை. தலையைச் சட்டென்று குனிந்து கொண்டு அழுகையை நிறுத்தினேன். கண்களையும் துடைத்துக் கொண்டேன்.

ரயில் 'ஹோ'வென்று வீறிட்டுக் கொண்டு புறப்பட்டது. என் உள்ளத்திலும் ஏதோ ஒன்று அப்படியே அலறுவது போலிருந்தது.

பிளாட்பாரத்தில் நின்றவர்கள் உருவம் மறையும் வரை, தலையை வெளியே நீட்டி அமர்ந்திருந்தேன். தொலைவில் சென்று மறையும் நினைவைப் போல, அவர்கள் சாயைகள் மறைந்து மடிந்தன.

குப்குப்பென்று சப்தமிட்டுச் செல்லும் ரயிலின் சப்தத்தோடு, துக்கத்தைக் கரைக்க முயலும் எனது ஆழ்ந்த பெருமூச்சுகள் பல போட்டியிட்டன. அப்படியே அசையாது அமர்ந்திருந்தேன்.

ஆடிப்பாடிச் செல்லும் ரயிலைப் பார்த்ததும் அந்தச் சிறுமி:

“குப் குப், குப் குப் - ரயில் வண்டி
கூவுது பாரிதோ - புகை வண்டி!”

என்று பாட ஆரம்பித்தாள்.

அவளுடைய குறுகுறுத்த பார்வையும், பாடலும் எனது துக்கத்தை மாற்றும் சஞ்சீவியாகி விட்டன. அப்படியே சிரித்து விட்டேன்.

அவளுடைய குறுகுறுத்த விளையாட்டும், துடிதுடிப்பும் என்னை மிகவும் வசீகரித்தன. பிறந்தகத்தில் சுசீ நிறைவேற்றிய பங்கை, புக்ககத்தில் இந்தச் சிறுமிதான் நிறைவேற்றுவாளோ, என்னவோ என்ற சிந்தனையில் மனத்தைப் போக்கினேன்.

ரயிலும் தன் போக்கில், ‘குப் குப்’என்று சென்று கொண்டிருந்தது.

அத்தியாயம் : 10

மனித வாழ்க்கையே நான் ஏறி வந்த ரயிலைப் போன்றது தான். ரயில் பிரயாணத்தின் போது, நம்முடன் எத்தனையோ பேர் பரிச்சயமாகிறார்கள். தங்களது ஆழ்ந்த அன்பாலும், பேச்சாலும் அவர்களில் ஒரு சிலர் நம்மைக் கவர்ந்து விடுகிறார்கள். ஆனால், இடையில் ஒரு சந்திப்புக் குறுக்கிட்டால், அவர்கள் ஒரு திசையாகவும், நாம் ஒரு திசையாகவும் பிரிந்து செல்ல வேண்டி வருகிறது. துக்கத்தோடு, அவர்களைப் பிரிந்து நாம் நம் வழியே செல்கிறோம். அந்தத் துக்கமும் நெடுநாள் வாழ்வதுமல்ல.

ஆம், என் வாழ்க்கை ரயிலில் நானும், எனது பெற்றோரும் பிரிய வேண்டிய சந்திப்பு வந்து விட்டது. அவர்களைப் பிரிந்து, நான் புதுப் பாதையில் சென்று கொண்டிருந்தேன்.

பிறந்தகத்தை விட்டுச் செல்லும் போது, புக்கக வாழ்க்கை புதரும் முள்ளும் நிறைந்திருக்குமோ என அஞ்சினேன். ஆனால், காலம் எனது கருத்தைக் கரைத்து வந்தது. புக்ககத்தின் புது வாழ்க்கை மலர் நிறைந்த பட்டு விரிப்பாக இல்லாவிட்டாலும், பசும்புல் வெளியாகத் தோன்றியது. காலப்போக்கில், அந்தப் புல்வெளியில் பூக்களும் மலரலாமல்லவா? காரணம், எல்லோரும் எனக்குப் பிடித்துப் போய்விட்டனர். எனது மாமனாரும், மாமியும் மிகவும் நல்லவர்கள்; தங்கள் குழந்தை போலவே என்னைப் பரிபாலித்தனர். மாமி என்றாவது ஒரு சுடுசொல் சொல்லி அறியேன். “அவள் என்ன சின்ன பிள்ளைதானே!” என்று மாமி அக்கம்பக்கத்தாரிடம் சொல்லும் போதெல்லாம், நான் சிறுமியாய் விட்டது போலவே உணர்ந்தேன். அவர்களுடைய அன்பும், ஆதரவும் எனக்கு ஆறுதல் அளித்தது.

இதைவிட, மனத்துக்கு இன்பந் தருவது என் கணவர். அவருடைய முகத்திலே தெய்வக்களை துலங்கும். சொற்களிலே 'கலகல'வென்ற நகைப்பு மறைந்து கிடக்கும். கோபத்தின் வரிக்கோடு அவருடைய முகத்தில் என்றாவது படிந்திருக்க நான் பார்த்ததில்லை. அவ்வளவு சாந்தம் அவரிடம் குடி கொண்டிருந்தது. தெய்வக்களை வீசும் அவரது அன்புக் கண்களின் பார்வையை என்னால் எதிர்த்து நிற்க முடியாது. ஏதோ மெஸ்மெரிஸ சிகிச்சைக்குட்பட்டது போல, நான் அடங்கி விடுவேன். அவ்வளவு கவர்ச்சி அவரிடம் நிரம்பி இருந்தது. இப்படிப்பட்ட புண்ணியவானுக்குத் துணையாய் வந்த என் மனத்திலா, புல்லுருவி போல? ஆனால், மனித சக்திக்கு அப்பாற்பட்டதை, நான் எப்படிக் கட்டுப்படுத்த முடியும்?

வீட்டு வேலைகளில் வேண்டுமென்றே நிறையப் பங்கெடுத்துக் கொண்டேன். உடலை உழைப்பிற்கு அடிமைப்படுத்தினால், உள்ளம் சிந்தனையை வெகு தூரம் ஓட்டுவதில்லை. புக்ககத்தில் எனக்கு வேலை சரியாக இருந்தது; அப்படியிருக்க வேண்டுமென்றுதான் நானும் விரும்பினேன். வேலையற்றுச் சோறு கெஞ்சிச் சோம்பியுறங்கும் வாழ்வாகப் போய்விட்டால், மனம் பங்கால நினைவுக் குப்பைகளை வாரித் தலைமேல் போட்டுக் கொள்ளும் என்று எனக்கு நன்றாகத் தெரியும்.

வீட்டில், காலையில் எழுந்தவுடன் அவருக்குக் காப்பி போட வேண்டிய சிரமத்தைக் கூட, மாமி எனக்காக ஏற்றுக் கொண்டிருந்தார். காலையில் நான் எழுந்து செல்லவும், காப்பி தயாராயிருக்கும். அதை எடுத்துக் கொண்டு வந்து அவரிடம் கொடுப்பதுதான் என் வேலை. பின்னால், அவர் ஆபீசிற்குப் போவதற்கு முன், அவருடைய சட்டைகளுக்குப் பொத்தான் மாட்ட வேண்டியது, சாதம் படைக்க வேண்டியது, அவர் தங்கைக்குத் தலைவாரி விடுவது - இதிலேயே பொழுது நகர ஆரம்பித்து விடும். ஆபீசிற்குப் போகுமுன் சமயங்களில்

செல்லமாய் என் கன்னத்தில் கிள்ளுவார்! அந்த ஸ்பரிசத்தினால் ஏற்படும் உள்ளக் கிளுகிளுப்பினால், நான் புன்னகை புரிவேன். அதைப் பார்த்தவாறே சென்று விடுவார் அவர். ஆனால் மனத்தில் மட்டும் ஏதோ ஒன்று, "போடி, சாகசக்காரி! அந்தப் புன்னகையாலேயே அவரை அடிமைப்படுத்தி விடுகிறாயே! ஆனால், நீ அவரை - " என்று பயமுறுத்தும். மறுகணம் அவர் கிள்ளிய இடத்தைத் தடவிப் பார்த்துக் கொள்வேன். என்னவோ அகற்ற முடியாத ஒரு இன்பம் ஒட்டிக் கொண்டிருப்பதாகத் தோன்றும்.

மாலையில் அவர் வரும்போது, சண்பகமோ முல்லையோ வாங்கி வருவார். அந்தப் பூவை ஒருவருக்கும் தெரியாமல், எனக்குங் கூடத் தெரியாமல் கள்ளத்தனமாய் என் தலையில் சூட்டுவதில் அவருக்கு எவ்வளவு ஆசை! இதோ நான் சூட்டி விடுகிறேன் என்று முன் வந்து சூட்டுவதை விட, எனக்கே தெரியாமல் என் தலையில் பூச்சூட்டுவதில் அவருக்குப் பரம ஆனந்தம். ஆம், கேட்டு வாங்கித் தின்னும் வெண்ணெயை விட, 'திருடி'த் தின்பதிலேதான் சுவை அதிகம்! ஆனால், அவரோடு இத்தனைநாள் இப்படியெல்லாம் பழகிய பின்னும் அவருடைய காலடியில் என் ஆத்மாவை அர்ப்பணிக்க சக்தி போதவில்லை.

அவருடன் வாழும் புதுவாழ்வில் ஏதோ ஒரு ஆழங்காண முடியாத ஆனந்தம் இருப்பதாகத் தோன்றிற்று. ஆனால், அந்த ஆனந்தத்தைக் காணக்கூட முடியாமல், மனச் சஞ்சலத்தால் பின்னப்பட்ட அகலமான கருந்திரையொன்று என் முன் கிடந்தது. அந்தத் திரையை விலக்கவோ, கிழித்தெறியவோ என்னால் முடியவில்லை. ஆனால், என்றாவது ஒருநாள் அது கிழித்தெறியப்படும் என்ற நம்பிக்கை மட்டும் மறையவில்லை.

எல்லோரையும் விட, அங்கு என் மனத்தைக் கவர்ந்தது, சாந்தியளித்தது, அந்தச் சிறுமிதான். 'மீனி! மீனி!' என்று அவர்

தங்கையை அழைப்பதையும், 'அண்ணா'வென்று ஓடி வந்து அவள், அவர் கழுத்தை அணைவதையும் பார்த்தால், "இவர்களுடைய இந்தப் பாசம் இந்தப் பிறவியில் உதித்ததில்லை; சிப்பியினுள் விளையும் முத்தைப் போல, எத்தனையோ பிறவிகளாக ஊறி வந்திருக்க வேண்டும்" என்றுதான் தோன்றும். மீனி பெயருக்கேற்ற பெண். துறுதுறுவென்று ஒரு நிலையில் நில்லாது துள்ளித் திரிந்து கொண்டிருக்கும் அவள் கண்கள். வடிவைச் சரியாக வார்க்காதது போன்ற மெழுகு உதடுகள். இளகிய மெழுகு போன்ற அந்த உதட்டின் துடிப்புகளில், ஐயாயிரம் பாவ உணர்ச்சிகள் கணத்திற்குக் கணம் தோன்றும். பூமயிர் படர்ந்த அந்தப் புருவ வளைவுகள் விநாடிக்கு விநாடி மின்னற் சாட்டையைப் போல் நெளிந்து வளையும். ஓய்வென்பதையே அவளுடைய கால்கள் அறியவில்லை. பயமோ, கவலையோ அந்தப் பால் வடியும் முகத்தில் படர்ந்தது கிடையாது. என்னுடைய கவலையை மறக்க எண்ணி, கடவுள் அனுப்பிய தெய்வச் சிலையோவென எண்ணினேன். அந்தக் குழந்தைத் தெய்வம் தன்னுடைய களிப்புப் பொங்கும் மழலை மொழிகளால், என் மனத் துயரை அழித்து விடும் போலிருந்தது.

காலையில் எழுந்தவுடன், கண்களைக் கசக்கிக் கொண்டே, "காப்பி தரலியா மன்னி?" என்று பிலாக்கணம் தொடுக்கும் போது, தேவதைக்குப் படைக்கப் போகும் பிரசாதத்தை ஏந்தி நிற்கும் பக்தன் போலத்தான் என் உள்ளமும், உடலும் அவளிடம் நடந்து கொள்ளும். பள்ளிக்கூடம் போவதற்கு முன், என்னிடம் வந்து, "மன்னி, இந்தக் கணக்கைப் போட்டுத்தா" என்பாள். "ஏண்டி, நீ படிக்கிறாயா? நான் படிக்கிறேனா" என்றால், "மன்னி, கழித்தால் குறையத்தானே வரணும்? எனக்குக் கூட வருதே!... ஒருவேளை, கணக்குத்தான் தப்பு போலிருக்கு? நான் அக்காகிட்டே போய்ச் சொல்லப் போறேன்" என்பாள்.

"போய்ச் சொல்லு, அடிதான் விழும்."

"நீ போட்டுத்தா மன்னி!"

அவளுடைய சாதுரியப் பேச்சைக் கேட்கும் ஆசை எனக்குப் பெருகும். கொஞ்சம் பிகு பண்ணுவேன்.

"எனக்கு வேலை இருக்கிறது, இப்போது முடியாது."

"மாட்டியா? போ. உன்னோட, 'டூ' விட்டுருவேன், முக்காலே மூணுதரம் டூஊ...!" என்பாள், முகத்தைக் கோணி, வாயில் விரலை வைத்துக் கொண்டு.

எப்படியும் நான் கணக்கை வாங்கி, அதைப் போட்டுக் கொடுப்பேன். "எங்க மன்னி ரொம்ப நல்லவா!" என்று கூறிக் கொண்டே ஓடி விடுவாள், மீனி.

அவளுடைய அந்தத் தெய்வப் பொன்னுருவம் மறையும் வரையிலும் வாசலில் நின்று கொண்டிருப்பேன். அதன் பின் வீட்டுக்குள் வந்து, வீட்டு வேலைகளில் என்னை மூழ்கடித்துக் கொள்வேன். வேலை செய்யும் போது கூட, மீனியின் கனி மொழிகள் காதில் ஒலித்துக் கொண்டிருக்கும், என்றோ கேட்ட இனியதொரு பாட்டைப் போல.

அப்பா! குழந்தைகள் நம்முடைய மனத் துயரைத் துடைக்கும் வைத்திய சிரோமணிகளோ, என்னவோ? காந்தி மகான் கூட எப்போதோ சொன்னாராம், "குழந்தைகளுடன் கலந்து கொள்வதில் இருந்த இன்பம் வட்டமேஜை மகாநாட்டில் கலந்து கொண்டதில் இல்லை" என்று. குழந்தைகளுடைய கோமள மேனியிலும், காவியம் உரைக்கும் கன்னக் குழிவிலும், வீணைக் குரலிலும் ஏதோ ஒரு

தெய்விகம் மறைந்து கிடக்கிறது துயரின் அசுரக் கைகளால் தொய்ந்து போன, இதய நரம்புகளுக்குப் பசையேற்றி, முறுக்கி நம்முடைய இதயத்தில் மீண்டும் வாழ்வின் இசையை எழுப்பும் சக்தி வாய்ந்த தெய்வப் பாணர்கள் தானா குழந்தைகள்? எனக்கு என்னவோ, மீனி என் கவலைகளை மறக்கடிக்கும் அமிர்த சஞ்சீவினியாகத் தானிருந்தாள்.

ஆனால், ஒருநாள்:

காலில், முள் குத்திய இடத்தைச் சுற்றித் தடவிக் கொடுக்கும் போதுள்ள சின்ன வேதனையில், சுகம் இருக்கிறது. ஆனால், தப்பித் தவறித் திடீரென்று, கைவிரல் முள்குத்திய இடத்தில் அழுத்தி விட்டதானால் சுகமெல்லாம் வேதனையாக மாறி விடுகிறது. அந்த மாதிரிதான் என் நிலையும் அன்று ஆயிற்று.

இதமான மழலைச் சொல்லாடி, என் மனப் புண்ணைத் தடவிக் கொடுத்த மீனி, அன்று அதன் மேல் வேதனை கொப்புளிக்கும்படி செய்து விட்டாள்.

"மன்னி, அண்ணா அறையைப் பார்க்கவேயில்லியே" என்று அவள் என்னை இழுத்ததுதான் வினையாய் முடிந்தது. ஆனால் தங்கப் பேழையுள் கஸ்தூரி இருக்குமென்று எண்ணி அதைத் திறக்க, உள்ளேயிருந்து கருநாகம் கிளம்பியது போலிருந்தது, எனக்கு.

அவளுடைய அண்ணா அறையை நான் பார்க்காமலில்லை. ஆனால், அதனுள் என்னென்ன இருக்கின்றன என்பதை நான் அறிந்து கொள்ளவுமில்லை; அறிய விரும்பவுமில்லை.

மீனி அழைத்ததும், ஒழிந்த நேரத்தை எதிலாவது செலவிடுவோமே என்றுதான் "வா, போகலாம்" என்று அவளையும் அழைத்துக் கொண்டு உள்ளே சென்றேன்.

தம்முடைய அறையை மிகவும் அழகாகவே வைத்திருந்தார், என் கணவர். பொறுக்கி எடுத்தாற் போல் சில படங்கள், அவசியமான மற்ற சாமான்கள், ஒரு சிறு மேஜை, அதன் மேல் அடுக்கிய சில புத்தகங்கள் - எல்லாம் பார்க்கக் கச்சிதமாக இருந்தது. மீனி என்னை மேஜைப் பக்கம் இழுத்துச் சென்றாள். மேஜையிலிருந்த போட்டோ ஆல்பத்தை எடுத்துக் கொண்டு, "மன்னி, படம் பார்க்கிறியா?" என்று அழைத்தாள்.

கண்ணைக் கவரும்படியாக இருந்தது, 'ஆல்பம்'. மீனியும் நானும் அதனுள்ளிருந்த படங்களைப் பார்க்கலானோம்.

மீனி ஒவ்வொரு படமாகச் சுட்டிச் சுட்டிக் காண்பித்தாள்.

"இதுதான் அண்ணா, மன்னி! இதிலே, நான் எங்கே இருக்கேன் சொல்லு" என்று கேட்டாள், அவர்கள் குடும்பப் படத்தைக் காட்டிக் கொண்டே.

"தெரியவில்லையே!" என்று பாசாங்கு செய்தேன் நான்.

"போ மன்னி! பொய் சொல்லுறே. இதோ இருக்கேனே" என்று தன் படத்தைக் காட்டிச் சிரித்தாள், மீனி.

மீனி திருப்பினாள். அடுத்தாற் போல் மீனிக்கு இரண்டு மூன்று வயசு இருக்கும் போது, எடுத்த படம் இருந்தது.

"இது யார் படம், மீனி?" என்று தெரியாதவள் போல் கேட்டேன்.

"இதூ... இதூ... நான் சின்னப் புள்ளெயாய் இருக்கயிலே எடுத்தது!" என்றாள் மீனி.

நான் சிரித்தேன். என்னால் சிரிப்பைத் தாங்க முடியவில்லை; சின்னப்பிள்ளையாய் இருந்த போது எடுத்த படம்.

இப்போதென்ன, மீனி பெரிய மனுஷியாகி விட்டாளோ? அப்பா! இந்தக் குழந்தைகளின் மனமே இப்படித்தான். ஆழங்காண முடியாத மலைச்சுனைதான் அவர்கள் உள்ளம்.

"ஏன் மன்னி, சிரிச்சே? நான் நல்லாயில்லையா?-" அவள் முகம் கோணியது.

"இல்லையில்லை. பேஷாயிருக்கிறியே!" என்றேன் நான்.

பின்னால் என் கணவர் பள்ளிக்கூடத்தில் பரிசு பெற்ற போது எடுத்த படம். பள்ளிக்கூட விளையாட்டு, தேரோட்ட விழா!, எங்கள் கல்யாணத்தின் போது எடுத்த 'கப்பிள் போட்டோ' எல்லாம் பார்த்தோம்.

கடைசியில் -

ஒரு படம். ஆறேழு பேர் உள்ள 'குரூப்' போட்டோ, அது. மீனி அதற்கு விளக்கம் கூறினாள்: "இது அண்ணன் பள்ளிக்கூடத்தில் படிச்சப்போ எடுத்தது. இதோ கண்ணாடி போட்டிருக்குதே, இந்த மாமா போன வருடம் இங்கே அண்ணாவோடு வந்தது. எனக்கு மிட்டாய் கூட, வாங்கித்

தந்தது. இந்த மாமா பேரு, ஞாபகமே வரலைடீ அம்மா! எல்லோரும் அண்ணாவோடே படிச்சவங்க'' என்றாள் மீனி.

நானும் அந்தப் படத்தைப் பார்த்துக் கொண்டிருந்தேன். என் கணவர் ஒருவர்தான் அதில் தெரிந்திருப்பார் என்று எண்ணினேன். ஆனால், அவருக்குப் பின்னால் நின்றது - நிற்பது யார்?

என் தலை சுழன்றது. என் மனத்தின் மூலையில் இருந்து கொண்டு, விநாடிக்கு விநாடி என்னைத் தொல்லைப் படுத்தும் அவர் தானா? அவர் தான் - கணவருக்குப் பின் நின்றது, சந்துருவேதான்!

எனக்கு வந்த வேகத்தில், அதை அப்படியே எடுத்துக் கண்ணில் ஒற்றிக் கொள்ளலாமா என்றிருந்தது. மீனி என்னையே பார்த்துவிட்டு, மீண்டும் படத்தைத் திருப்ப ஆரம்பித்தாள்.

"மன்னி, இது..."

"மீனி, போதும். நாளைக்குப் பார்க்கலாம்" என்றேன். என் தொண்டையில் ஏதோ அடைத்துக் கொண்டது போல இருந்தது. இவ்வளவு நாளும் மனத்தின் மூலையில் அடைபட்டுக் கிடந்த என் நினைவை அது தூண்டி விட்டது. அப்படியே எழுந்து அறையை விட்டு வெளி வந்தேன்.

நேராகப் போய்ப் படுக்கையில் படுத்துக் கொண்டேன். புகைந்த நெருப்பு மீண்டும் பற்றிக் கொண்டது போலிருந்தது. குமுறிக் குமுறி அமரும் என் சோக உள்ளம் குபீலென அழத் தொடங்கி விட்டது. அப்படியே கட்டிலில் படுத்துக் கொண்டு விக்கி விக்கி யழுதேன். ஆனால், அதில் சாந்தியேற்படவில்லை.

“சந்துரு! - அவர் என் கணவரோடு படித்தவர்; கணவருக்குத் தெரிந்தவர்” - இதை நினைக்கும் போது எனக்கு என்னவோ போலிருந்தது. அப்போதுதான் எனது கல்யாணப் பேச்சின் ஆரம்ப காலத்தில் அப்பா சொன்ன வார்த்தைகள் நினைவுக்கு வந்தன: “நம் சந்துருவும், அந்தப் பையனும் ஒன்றாய்த்தான் படிக்கிறார்களாம்.”

ஒன்றாய்த்தான் படித்திருக்கிறார்கள். ஒன்றாகப் படம் பிடித்திருக்கிறார்கள். ஆனால்-? எனது அதிர்ஷ்டம் ஒரு விரற்கடை தூரத்தில்தான் தொலைந்து போய் விட்டது போலத் தோன்றியது. “ஆம், காதல் என்பது குளிர்ந்த பூஞ்சோலையல்ல; காய்ந்து கருகிப் போன மூங்கில் காடு. அது எந்த நேரமும் பற்றியெரியக் கூடும்” என்று ரீங்காரித்தது என் சிந்தனை.

அன்று முழுவதுமே அந்தப் படத்தை என்னால் மறக்க இயலவில்லை.

இரவு, என் கணவர் என்னிடம், “ரஞ்சி, யாரோ உனக்குக் கடிதம் எழுதியிருக்கிறார்கள்” என்று ஒரு கவரை நீட்டினார்.

வாங்கிப் பார்த்தேன். குறுகுறுப்புள்ள அந்த எழுத்துக்களும், வளைவுகளும் அது சுசீயின் கடிதமென்று காட்டி விட்டன.

அப்பா! புக்ககத்திற்கு வந்த பின்பு, இதுதான் சுசீயின் முதற்கடிதம். இத்தனை நாட்களுக்குப் பிறகு துணிந்து எழுதியிருக்கிறாள். சுசீயை நினைத்ததுமே, அவளுடைய குறும்புச் சிரிப்பு, முத்தை உதிர்ப்பது போலுள்ள அவள் பேச்சு, அவளுடைய கைக்குழந்தை எல்லாம் நினைவுக்கு வந்தன.

நட்பின் பிணைப்பு ரப்பர் டேப்பைப் போன்றது. எவ்வளவுக்கெவ்வளவு விலகி நிற்கிறோமோ அவ்வளவுக்கவ்வளவு, அதன் வேகம் அதிகரிக்கும். ரப்பர் நீள நீள அதன் விறைப்பு அதிகமாவது போல், பிணைப்பும் இறுகும். சுசீ விலகி நின்றது, அவள் மேலிருந்த அன்பை வளர்க்கத்தான் செய்தது.

பரபரவென உறையைக் கிழித்தேன். அப்பா! எத்தனை பக்கங்கள்! "இத்தனையிலும் என்னதான் எழுதியிருக்கப் போகிறாளோ?" என்று அடித்துக் கொண்டது பேதை மனம்.

கடிதத்தை வாசிக்க ஆரம்பித்தேன்:

"அன்புள்ள சினேகிதி ரஞ்சீ!

"பார். உனக்கு என்ன எழுதுவதென்றே தெரியவில்லை. என்னவோ, ஏராளமாக உன்னிடஞ் சொல்ல வேண்டும் போலிருக்கிறது. அப்பா! எல்லாவற்றையும் நேரிலே சொல்லி விடலாம் போலிருக்கிறது; எழுத வேண்டும் என்றால், வரமாட்டேன் என்கிறது. என்ன இருந்தாலும் நீ என்னை விட இரண்டு எழுத்துக் கூடப் படித்தவள். உன் மாதிரியெல்லாம் வக்கணையாக எழுதத் தெரியாதடி அம்மா! உன்னைப் பார்க்க வேண்டுமென்று எவ்வளவு ஆசையாகயிருக்கிறது, தெரியுமா? சரி, உன்னுடைய கன்னத்தை இப்படித் திருப்பு. 'இச்!' என்ன என்கிறாயா? என் அன்பு முத்தமடி, அன்பு முத்தம்! என்ன இருந்தாலும் 'அவர்' கொடுப்பது போலிருக்குமா? ஏண்டி ரஞ்சி! அப்படித்தானே!"

நான் 'களுக்'கென்று சிரித்தேன்.

அதற்குள் அவர், "என்ன அப்படிப்பட்ட செய்தி?" என்றார், கண்ணாடி முன்னாலிருந்து தலையைச் சீவிக் கொண்டே.

"ஒன்றுமில்லை. தத்துப்பித்தென்று என்னவெல்லாமோ உளறிக் கொட்டியிருக்கிறாள்" என்றேன்; இருந்தாலும் அந்தக் குறும்புச் சிரிப்பு மறையவில்லை. உடல் கிளு கிளுத்தது.

"பக்கம் பக்கமாய் எழுதியிருக்கிறாளே, இந்தப் பஞ்ச காலத்திலே! என்னிடம் சொல்லக் கூடாதா? மகாராணியின் ராஜ்ய அந்தரங்கமா?" என்று நையாண்டி பண்ணினார் கணவர்.

நான் பதில் பேசவில்லை மீண்டும் வாசிக்க ஆரம்பித்தேன்:

"ஏனடியம்மா, புதுமாப்பிள்ளை எப்படியிருக்கிறார்? கல்யாணத்தின் போது அப்பாவி போல இருந்தாரே! உன்னைப் பிடிக்கிறதாடி, அவருக்கு? அம்மா, நீயும் கல்யாணம் ஆவதற்கு முன்னால் என்னவோ பயந்து போய், அழக்கூடச் செய்தாயே, இப்போது சிரிக்கத் தானே செய்கிறாய்!

"ரஞ்சி, எங்கள் ராஜா - அவன் தான் என் பிள்ளை - இப்போது அவன் அப்பாவைப் பார்த்து 'வவ்வவ்' வென்று அழகு காட்டுகிறான். 'கொன்னுடுவேன்' என்றூ பத்திரஞ் சொல்கிறான். அவன் அப்பாவுக்கு அவனைக் கண்டால் உயிர். 'பாரு, உன் கண்ணை அப்படியே உரித்து வைத்திருக்கிறது' என்று கூறி அவனை யெடுத்து நெஞ்சோடு அணைத்து முத்தமிடுகிறார். அன்றைக்குப் பார், 'இப்படிச் செய்தால் பச்சைக் குழந்தை என்னத்துக்காகும்?' என்று கேட்டு விட்டேன். அதற்கு அவர் என்னடி சொல்ல வேண்டும்? கொஞ்சமும் வெட்கமில்லாமல், 'நீ என்ன ஆனாய்?' என்று கேட்கிறார். இந்த ஆண்பிள்ளைகளே இப்படித்தான் - ஏதாவது கிண்டிக் கிண்டிப் பேசி நம் வாயை அடைத்து விடுகிறார்கள். ஆனால், உன் புருஷர் எப்படியோ? 'இவர்' எப்போது

பார்த்தாலும், என்னை ஏதாவது சொல்லிக் கொண்டேயிருக்கிறார். அவர் அப்படி யிருப்பதுதான் எனக்குப் பிடித்திருக்கிறது.

"கேள், இன்னொரு விஷயம். நம் சந்துரு தெரியுமல்லவா?..."

என் மனக்காடு மீண்டும் பற்றிக் கொண்டது.

"அவர்தாண்டி, கோடிவீட்டுப் பிள்ளை! பரீட்சை முடித்து விட்டு ஊருக்கு வந்திருக்கிறார். இப்போது என்னமாய் வளர்ந்திருக்கிறார்! ரஞ்சி, உனக்கு ஞாபகம் இருக்கிறதா? நாம் எல்லாம் பிள்ளையார் கோவில் தோப்பிலே 'பொண்ணு மாப்பிள்ளை' வைத்து விளையாடினோமே அப்போது அவனுடைய குடுமியில் தங்க அரளிப் பூவைச் சுற்றி-! நினைத்தாலே சிரிப்பாய் வருகிறதடி, அம்மா. நீ கூட அவன் பக்கம் ரொம்பவும் அனுபவப்பட்ட புதுப்பெண் போல், தலையைக் குனிந்து, முட்டின்மேல் கைகோத்து இருந்தாயடி..."

சுசீ ஏன் தான் எனக்குக் கடிதம் எழுதினாள் என்றிருந்தது. இரண்டு புறமும் கூர்மையுள்ள க்ஷவர பிளேடை சிறு குழந்தையின் கையில் விளையாடக் கொடுத்தது போல இருந்தது, அவள் கடிதம். அது என் உள்ளத்தின் எந்தெந்த பாகத்தையெல்லாம் கிழித்தெறியும் என்றே தெரியவில்லை.

எனக்கு அதற்கு மேல் படிக்க ஓடவில்லை. அப்படியே கடிதத்தை மூடி வைத்துவிட்டு அமர்ந்தேன்.

"கடிதத்தை முடிக்கவில்லையா?" என்றார், கணவர்.

“நாளைக்குப் பார்த்துக் கொள்ளலாம்” என்றேன் விக்கிய குரலோடு.

அத்தியாயம் : 11

“மன்னி, இங்கே பாரேன்” என்று ரொம்ப ஆர்வத்தோடு அழைத்தாள் மீனி. முற்றத்திலே கோலமிட்டுக் கொண்டிருந்த என்னைத் தாழ்வாரத்தின் மூலையில், பொம்மைகள் வைத்து விளையாடிக் கொண்டிருக்கும் மீனியின் குரல் இழுத்தது. காதில் விழுந்த வார்த்தைகளை ஜீரணித்துக் கொண்டே, நான் கோலத்தை முடிக்க ஆரம்பித்தேன். மீண்டும் கேட்ட மீனியின் அழைப்பு என்னை எழுந்து போகச் சொல்லிற்று. கோலப் பொடிக் கிண்ணத்தை எடுத்துக் கொண்டு தாழ்வாரத்திற்குப் போனேன்.

“என்னடி, விளையாடுகிறாய்?” என்று அன்போடு கேட்டேன்.

“ராஜா ராணி!” என்று கைதட்டிச் சொன்னாள், மீனி. எனக்கு உடல் நடுங்கிற்று. சுசீயின் கடிதத்தின் சிந்தனையை இவள் எங்கு கிண்டிவிட்டு விடுவாளோ என்று பயந்தேன்.

“மன்னி, இங்கே பாரு, இது ஒரு ராஜாத்தி. இந்த ராஜாத்தி, இதோ இருக்காரே, இந்த ராஜாவைக் கல்யாணம் பண்ணிக்கணும்னு இருந்தா. ஆனால், இன்னொரு ராஜா வந்து இவளைக் கல்யாணம் பண்ணிக்கிட்டுப் போயிட்டார்” என்று அவள் முன்னாலிருந்த துணிப் பொம்மைகளை வைத்துக் கதை சொல்ல ஆரம்பித்தாள் மீனி.

“போதுமடி, உன் கதை!” என்று கன்னத்தைக் கிள்ளினேன், செல்லக் கோபத்தோடு.

“இவாளுக்கெல்லாம் விபூதி பூசு, மன்னி. புதுப் பொண்ணு மாப்பிள்ளையில்லையா?” என்று, கோலப் பொடிக் கிண்ணத்தை எடுத்து, என்னிடம் நீட்டினாள், மீனி.

நான் சிரித்தேன்.

குழந்தை இதயமே தனி. உலகத்துப் பொருள்களில் அவர்கள் காணும் அற்புதங்களை, எந்தக் கலைஞனும் காண முடியாது. கிழிந்து கந்தையாய்ப் போய், மூலையில் எறியப்பட்ட பழந்துணி அவர்களுக்கு ராஜாதி ராஜனாக உருவாகி விடுகிறது. பல பேர்களுடைய காலிலும் மிதிபட்டு, உருக்குலையும் கோலப் பொடி புனிதமான விபூதியாய் விடுகிறது. குழந்தைகள் எல்லாம் கவிஞர்களோ, என்னவோ? அவர்கள் பாஷையை மொழி பெயர்க்கும் சக்தி மட்டுமிருந்தால்-?

நானும் வேடிக்கையாக, கோலப் பொடியை விபூதி என்ற பான்மையில், அந்தப் பொம்மைகளின் நெற்றியில் பூசினேன். பூசிவிட்டு, வீட்டினுள் நுழையப் போனேன்.

“மன்னி, கதை இன்னும் முடியலெ” என்று சேலை முனையைப் பிடித்திழுத்தாள், மீனி.

திரும்பினேன்.

“இவா ரெண்டு பேருக்கும் கல்யாணமாச்சுதா? அப்புறம் அந்தப் பழைய ராஜா எப்படியோ, இந்த ராஜாத்தி வீட்டுக்கு வந்தாரு” என்று மீண்டும் கதையைத் தொடங்கினாள், மீனி.

எனக்கு நிற்கப் பிடிக்கவில்லை. சூரிய வெப்பத்தால், நீரடியில் பாறைகளில் ஒட்டிக் கிடக்கும் பாசி நெகிழ்வுற்று

எப்படி வெளிக் கிளம்பி மிதக்கிறதோ, அந்த மாதிரி ஆயிற்று என் நிலை. என் வாழ்வின் கதையே அந்தச் சிறுமியின் வாயால் வருவதென்றால்? "ஒரு வேளை குழந்தைகளெல்லாம் தீர்க்கதரிசிகளா? கடவுள் அவர்களுடைய பிஞ்சு இதயங்களிலிருந்து கொண்டு, குறி சொல்லுகிறானா? ஒருவேளை, மீனியின் கதையைப் போலவே, சந்துருவும் என்னைத் தேடி? சே! இருக்கவே முடியாது." அந்தரத்திலே கயிற்றீன் மேல் நடந்து செல்லும் கழைக்கூத்தாடி, நிலையிழந்து தடுமாறி தன்னைத் தானே, காப்பாற்றிக் கொள்ள முயல்வது போல, என் மனம் தடுமாற ஆரம்பித்தது.

மறு விநாடி நான் அங்கு நிற்கவில்லை, 'மன்னி' என்ற மீனியின் குரல் மாடிப் படியிலேறிச் சென்ற என் காதுகளில் விழுந்தது.

கடலின் அமைதியைக் காற்றுக் கிளறும் போதுதான் ஓசை பெற்றுயரும் அலைகளும் உண்டாகின்றன. மனித இதயமும் அப்படித்தான். சாந்த நிலையிலே, கனவு காணும் உள்ளத்தை, சமய சந்தர்ப்பங்கள் கிண்டி விடும் போது, நம் மனத்திலும் பேரலைகள் எழும்புகின்றன.

என் நிலைமையும் அந்த மாதிரிதான் ஆயிற்று.

மாடிக்குச் சென்ற என் மனத்தில், மீனியின் பொம்மை விளையாட்டும், கதையும் பழங்கால எண்ண அலைகளை எழுப்பி விட்டன. ஏற்கனவே, முந்தின நாள் நடந்த சம்பவங்களை இதோடு ஒத்துப் பார்க்கும் போது, என்னவோ ஒரு பெரும் நிகழ்ச்சி நிகழப் போகிறது என்று மட்டும் என் பேதை இதயம் தீர்மானித்தது. எனது கணவரின் அறையிலுள்ள 'குரூப் போட்டோ', இறந்த காலச் சிந்தனைகளை வைத்து சொக்கட்டான் ஆடும் சுசீயின் கடிதம்,

மீனியின் ராஜாராணி விலையாட்டு - இவையெல்லாம் என் மனத்தில் ஆழத்தில் குமுறிக் கொண்டிருக்கும் உணர்ச்சியலைகளைக் கிண்டிவிட்டு வேடிக்கை பார்த்தன.

சுசீயின் கடிதம்! இளமை முதல் என்னோடு கைகோத்து வாழ்ந்த தோழியிடமிருந்து கடிதம் வருவதென்றால் வரவேற்கத் தக்கதுதான். தோழியரின் கடிதங்கள் விரும்பக் கூடியவைதான். வெந்த புண்ணுக்கு விளக்கெண்ணெய் போடுவதுபோல, அவர்கள் கடிதம் நம்முடைய மன வேதனைக்கு இதமளிக்கத்தான் செய்யும். ஆனால், சுசீயின் கடிதம் வேறு விதமாய் அமைந்து விட்டது. இளமையிலே நாங்கள் விளையாடின விளையாட்டுக்களைப் பற்றிக் கூறினால், என் மனம் குதூகலமடையும் என்று நினைத்துத்தான் அவள் எழுதியிருந்தாள். ஆனால் வாயில் சுகமாகப் பச்சரிசியை மென்று கொண்டு, அதில் ஊறும் இனிப்பான ரசத்தைக் குடித்து, ஆனந்திக்கும் போது, திடீரென்று கடை வாயில் ஒரு கல் கடிபட்டு உடைவது போலத்தானிருந்தது, அவள் கடிதத்தின் அந்தப் பகுதி. அதனால்தான் அந்தக் கடிதத்தை மேற்கொண்டும் வாசிக்க என்னால் முடியவில்லை.

மீனியின் விளையாட்டும், கதையும்! பாவம். மீனி சிறு குழந்தை. தன்னுடைய குழந்தையுணர்ச்சியைத் திருப்தி செய்வதற்காக, துணிப் பொம்மைகளை வைத்து விளையாடி மகிழ்கிறாள். கோலப் பொடியைக் கொண்டு, விபூதி பூசச் சொல்கிறாள். சுருட்டி வைத்த துணிச் சுருள்களை ராஜா ராணியாக்கி, அவர்களுக்குள் காதலையும் மூட்டி விடுகிறாள். அவர்களுக்குப் பிரதிநிதியாகவிருந்து கதையும் சொல்கிறாள். தன்னுடைய குழந்தையுள்ளத்தில் எழும் விபரீத அதிசயங்களை, தன்னையுமறியாமல் பிறருக்கு மொழி பெயர்த்துச் சொல்கிறாள், மீனி. ஆனால், அதே கதை என் வாழ்க்கையின் பிரதிபலிப்பாக இருக்கும் போது? மீனியின் கதையைப் போலவே, சந்துருவும் என்றாவது ஒரு நாள்

என்னைத் தேடி வந்தால் - ? மீனியைச் சொல்லக் குற்றமில்லை. அவளுடைய அந்தக் குழந்தைக் கதையின் பலமற்ற அடிப்படையின் மேல், கோட்டை கட்ட நினைக்கும் என்னைத்தான் நான் நொந்து கொள்ள வேண்டும்.

ஆனால், எண்ணங்கள் எப்போதும் தனியாக வருவதில்லை. அவைகள் ராஜாக்களைப் போன்றவை. இன்பந் தரும் எண்ணங்கள் பவனி வரும் ராஜனைப் போல, தன்னுடைய பரிவார சகிதம் கோலாகலத்துடன் வரும். துன்ப நினைவுகளோ, பரிவார சகிதம் பவனி வராது; படைகள் சகிதம் போருக்கெழுந்து வரும்.

என் மனத்திலும் எண்ணங்கள் படையெடுத்தன. ஒன்றன்பின் ஒன்றாய்ச் சம்பவங்களும் நினைவுச் சுழல்களும் என்னை வாட்டி வதக்கின. இதயக் களத்தினுள்ளே, நுழைந்து விட்ட துன்ப எண்ணங்களை ஒழிக்கும் சக்தி எனக்கு இல்லை. குமுறல் ஓய்ந்து வந்த என் மனத்தில் மீண்டும் குமுறல் ஆரம்பித்தது. உள்ளத்தின் வேதனை, கண்ணின் வழியாய், நீரை உதைத்துத் தள்ளியது.

“ரஞ்சி!” என்ற குரல், என்னை உலகத்துக்கு இழுத்து வந்தது.

“இந்தா, இந்தச் சட்டையைக் கொஞ்சம் தைத்துக் கொடு” என்று ஒரு சட்டையை என்னிடம் கொடுத்தார் கணவர்.

சட்டையை வாங்கிக் கொண்டு ஊசி நூல் எடுக்கப் போனேன். நல்ல வேளை! என் முகத்தில் மிதந்த கலவரத்தை அவர் அவசரத்தில் உணரவில்லை. அதிலே எனக்கொரு திருப்தி. சட்டையில் கிழிந்திருந்த பாகத்தைத் தைத்துக் கொடுத்தேன். மகிழ்வு தேங்கிய முகத்துடன் அதைக் கையில் வாங்கிக் கொண்டு, பிரதியாகச் செல்லமாகக் கன்னத்தைக்

கிள்ளினார். அவர் கிள்ளிய இடத்தில் கை வைத்துப் பார்த்துக் கொண்டே, மாடியை விட்டுக் கீழிறங்கினேன்.

ஆனால், மனத்தில் மட்டும் அன்று முழுவதுமே நிம்மதியில்லை. கோடை காலங்களில், வானமெல்லாம் கறுத்து இருண்டு, காற்றினசைவு சிறிதுமின்றி, மழையில்லாமலிருக்கும் போது, புழுக்கம் உண்டாகும் தெரியுமா? அந்த மாதிரி அமைதியின் இருளிலே, என் இதயம் புழுங்கிக் கொண்டிருந்தது. மனங்குளிர, மழை பெய்தாலன்றி, அந்த இதயப் புழுக்கம் நிற்காது போலிருந்தது.

அமைதியற்ற சிந்தனைச் சுழல்களால், அன்று வீட்டு வேலைகளில் கூட, ஓட்டமில்லை. தூக்கத்திலே, கட்டிலை விட்டு நகர்ந்து விழப் பார்க்கும் தலையணையை நம்முடைய கைகள் சரியாக இழுத்து வைத்துக் கொள்வதைப் போல, என்னுடைய உடலும் அவயங்களும் என்னையுமறியாமலேயே வேலை செய்து கொண்டிருந்தன. பொழுது கழிவதே, பெரும்பாரமாயிருந்தது, எனக்கு.

எது என்னுடைய மனச் சிந்தனையைக் கிளறிக் கலக்கிற்றோ, அது - அந்த மீனி - இல்லாதது, என்னுடைய தனிமையை விகாரப்படுத்திற்று. வெள்ளத்தில் அடித்துச் செல்லப்படும் மனிதனுக்கு ஏதோ ஒரு மரத்தின் வேர் தட்டுப் படுவதைப் போலத்தான் நான் மீனியை விரும்பினேன்.

“அப்பா! பள்ளிக்கூடம் நாலரை மணிக்கல்லவா விடுகிறது? அதுவரையிலும் எப்படிப் பொழுதைப் போக்குவது? மீனி வந்துவிட்டால், அவளுடைய குறும்புச் சிரிப்பிலும் குழந்தைப் பேச்சிலும் எத்தனை யுகம் வேண்டுமானாலுங் கழித்து விடலாமே! என் சிந்தனையின் சீறல் அவள் வரவால், தென்றலாக மாறிவிடாதா!” என்று பற்றுக்கோடற்றுத் தனிமையில் வதங்கிய என் பேதை உள்ளம் நினைத்துருகியது.

மீனியின் வரவு நோக்கி, மாடிச் சாளரத்தின் அருகமர்ந்து, தெருவை நோக்கியிருந்தேன். கண்கள் தெருவை நோக்கியிருந்ததே தவிர, சப்பாத்திக் கள்ளிப் புதரில் விழுந்தெழுந்த உடலைப் போல, மனம் உறுத்திக் கொண்டிருந்தது. "அந்த மூலையில் இன்னுஞ் சிறிது நேரத்தில் இளம்பிறையைப் போல, மீனி தோன்றி விடுவாள். என் மனத்துயர் துடைக்கும் பொற்சிலை வந்துவிடும்" என்று, காலக் கணக்கை எண்ணி முடித்து, 'நாலரை' என்று முணுமுணுத்த என் மனம் கூறியது.

ஆவல் தேங்கிய பார்வையைத் தெரு முனையில் செலுத்திப் பார்த்துக் கொண்டிருந்தேன். பள்ளிப் பிள்ளைகளெல்லாம் ஒவ்வொருவராக வர ஆரம்பித்தனர்.

அதோ! மீனியும் வந்து விட்டாள்.

மாடியிலிருந்து இறங்கி, அவளை வரவேற்கப் போகு முன்னமே, "காப்பி எங்கே, மன்னி?" என்ற தெய்வ ஆணை அந்தச் சிறு குழந்தையின் வாயிலிருந்து பிறந்தது.

அப்படியே போய் மீனியை வாரியணைத்து முத்தமிட்டேன். மீனிக்குக் காப்பி கொடுத்தானதும், அவளுக்குத் தலை சீவி, பூ முடித்து, உடையும் மாற்றினேன். எனது துக்கத்தை, அந்தப் பொற்சிலையை அலங்கரிக்கும் உற்சாகத்தில் மறந்திருக்க முடிந்தது.

மீனியோடு நான் மாடியறையில், உற்சாகமாய்ப் பேசி, என் மன வேதனையை மறக்க முயன்று கொண்டிருக்கும் வேளையில், "மீனி" என்ற என் கணவரின் குரலும் கேட்டு விட்டது.

“அண்ணா”வென்று என் மடியிலிருந்து துள்ளிக் குதித்து ஓடியது, அந்தத் ‘தாவாச் சிறு மான்’.

திரும்பி வரும் போது அவளுடைய கையில் வாழையிலையில் சுற்றிக் கட்டிய மலர் தன் வரவையும் கூறிற்று. “மன்னி, அண்ணாவுக்குக் காப்பி வேணுமாம்” என்றாள், கையிலிருந்த பூவை என்னிடம் கொடுத்துவிட்டு.

“ஏது, என்றுமில்லாத திருநாளாய், இன்று பூவை மீனியிடம் கொடுத்தனுப்பினார்?” என்று என் சிந்தனை வட்டமிட்டது.

கீழே இறங்கிப் போய் ஒரு தம்ளரில் காப்பி எடுத்துக் கொண்டு நடுக்கட்டில் நுழைந்தேன். அதற்குள் மீனி குறுக்கிட்டு, “மன்னி, அண்ணாவுக்கு மட்டுமில்லே, கூட யாரோ ஒரு மாமா இருக்கா” என்றாள்.

பூவைக் கொடுத்தனுப்பிய புதிர் விளங்கிற்று.

மீண்டும் ஒரு தம்ளரில் காப்பி எடுத்துக் கொண்டு, முன்கட்டுக்குப் போனேன்.

முற்றத்தில் கிடந்த நாற்காலிகளில் என் கணவருடன் யாரோ உட்கார்ந்து பேசிக் கொண்டிருந்தார்.

காப்பி தம்ளர்களை அவர்கள் எதிரில் கிடந்த மேஜையில் வைத்துவிட்டு நிமிர்ந்தேன்.

என் கணவருடன் உட்கார்ந்து பேசிக் கொண்டிருந்தவரைப் பார்த்ததும், என் தேகம் நடுங்கிற்று; உள்ளம் சிலிர்த்தது.

ஆம், என் கணவருடன் இருந்தது...? சந்துரு!

அத்தியாயம் : 12

"சந்துரு!"

"என்னப்பா?"

"இன்றைக்குப் பேப்பர் பார்த்தாயா?"

"ஏன்? ஏதாவது வெற்றிகரமான வாபசா?"

"அதெல்லாமொன்றுமில்லை. பீஹார் மாகாணத்தில் ஏதோ புயல் ஏற்படப் போகிறதாம்."

"புயலா?" குரல் கம்மியிருந்தது.

"ஆமாம். பஞ்சமும், நோயும் பலி வாங்கும் வேளையில் தான் புயலும்."

"இயற்கை அன்னை இவ்வளவு ஈவிரக்கமற்றவளா?"
*****

நடு வீட்டில், விளக்கின் முன் நின்று கொண்டிருந்த, என் காதுகளில் அவர்கள் பேசிய பேச்சு, நன்றாகக் கேட்டது 'புயல்!' அந்த வார்த்தையே எனக்குப் பயங்கரமாகத் தோன்றிற்று. இயற்கையன்னை எவ்வளவு ஈவிரக்கமற்றவளாய் இருக்கிறாள்! மனிதர்களைப் பஞ்சத்தாலும், நோயாலும் வாட்டி வதக்கி விடுகிறாளே! என் விஷயத்தில் கூட, அவள் கருணை காட்டவில்லையே! காலப் போக்கில் பிறந்த இயற்கை புணர்ச்சியால் என் மனம் என்ன

பாடுபடுகிறது! சந்துருவும், நானும் ஒரே நிழலில் சந்திக்கவா? நெருப்பு பஞ்சை நெருங்கவா?

என் உடல் நடுங்கியது. விளக்கைக் கொளுத்தினேன். சரியாகப் பற்றிக் கொள்ளாமல், படபடவென்று சிதறி விழுந்தன பொறிகள்.

“திரியை நிமிண்டி விட்டுக் கொண்டு ஏற்றேன்” என்ற ஆலோசனை பிறந்தது, மாமியாரிடமிருந்து.

திரியை நிமிண்டி விட்டுக் கொண்டு ஏற்றினேன். விளக்கு எரிய ஆரம்பித்தது.

திரி ஒழுங்காக இருந்தாலல்லவா, விளக்கின் சுடர் நன்றாக நின்று எரியும்? அதில் கொஞ்சம் ஈரமோ, கரியோ விழுந்து விட்டால், படபடவென்று பொரிந்து தான் விழும். என்னுடைய மண வாழ்க்கையும் அப்படித்தானிருந்தது. சந்துருவின் நினைவினால், நனைந்து போன என் இதயத் திரியில் வாழ்வின் சுடர் ஒளியை எப்படி ஏற்றுவது? அந்த ஈரம் காய்ந்தாலொழிய, என் வாழ்வின் சுடர் ஒழுங்காக எரிய முடியாது. ஆனால், மனத்தில் என்னவோ, அந்த ஈரம் காய்ந்து விடும் என்று உணர்த்திக் கொண்டிருந்தது. சந்துருவே என்னை நெருங்கி எங்கள் வீட்டினுள் வந்திருக்கும் போது-?

எனக்கு ஒன்றுமே ஓடவில்லை.

ஏற்றி வைத்த திருவிளக்கின் முன்னின்று, கைகூப்பித் தொழுதேன். மனத்தில் தோன்றிய கலவரத்தைத் தணிக்க முயன்று கொண்டு, “தீபலக்ஷ்மி! என்னைக் காப்பாற்றடி அம்மா! என் மனத்தைக் கெட்டுப் போகும்படி பண்ணி விடாதே! சந்துருவின் வரவினால், புழுங்கித் தவிக்கும் என்

மனத்துக்குச் சாந்தியளித்துக் காப்பாற்று!" என்று என் சிக்கிய மனம் பிரார்த்தித்துக் கொண்டது.

ஆம், உலகத்தின் சிக்கல்களுக்கிடையே இந்த மனிதப் புழு அகப்பட்டுத் துன்புறும் போது, தெய்வம் என்ற நாமந்தான் துன்பத்தை மறக்கச் செய்யும் 'குளோரபாரமா'க உபயோகப்படுகிறது. இந்த மயக்க மருந்தை எந்த மனித உயிர் முதன் முதலில் கண்டுபிடித்ததோ? அவிழ்க்க முடியாத சிக்கல்களின் இறுக்கலிலே அகப்பட்டு நைந்த போது தான், இந்த 'மருந்து' அதற்குக் கண்களில் புலப்பட்டிருக்க வேண்டும்!

என் பிரார்த்தனையில் கொஞ்சம் ஆறுதலிருந்தது. ஆயினும், அது என் மனத் துயர் தீர்ப்பதாயில்லை.

வேடன் கையிலகப்பட்ட புறாவின் மார்பைப் போல, என் நெஞ்சு படபடவென்று அடித்துக் கொண்டது. சந்துரு ஏன் தான் இங்கு வந்தார் என்று என் பேதையுள்ளம் அங்கலாய்த்துக் கொண்டிருந்தது. ஊதிப் புடைத்த பலூனைப் போல, என் இருதயம் வீங்கிப் போய் இப்படி நெஞ்செலும்போடு முட்டுகிறதா என்று பயந்தேன்; அப்படியிருந்தது எனக்கு. கொந்தளிப்பு உள்ளடங்கிப் போன என் உள்ளத்தில் மீண்டும் பேரலைகள் எழுந்து மோதின. அந்த அலைகளின் தாக்குதலைத் தாங்க முடியாத என் மனமும், உடலும் கரையிலிழுத்துப் போட்ட நீர்ப் பாம்பைப் போல, நெளிந்து கொண்டிருந்தன.

மனம் கொள்ளாமலிருந்த என்னிடம் வந்து மீனி பாடம் கேட்க ஆரம்பித்தாள். எனக்கு என்ன பண்ணுவதென்றே தெரியவில்லை. மீனியின் பாடப் புத்தகங்களிலே, ஏதேனும் ஆறுதல் தேங்கியிருக்குமா என்று என்னுடைய நிலையிழந்த புண் மனம் எண்ணியது. ஆனால் மனம் வேறு விஷயத்தை

விடாப்பிடியாகப் பற்றிக் கொண்டு துன்புறும் போது, மீனிக்கு நான் எப்படிப் பாடம் சொல்லிக் கொடுக்க முடியும்? அவள் தப்பிதமாய்ச் சொல்லி வந்த வாய்ப்பாடுகளுக்குக் கூட, என் வாய் 'ஊம்' போட்டுக் கொண்டிருந்தது. "என்ன மன்னி, நான் தப்பிதமாகச் சொல்றேன், நீயும் ஊங்கிறியே?" என்று அவளாக இடித்துக் கூறிய பின் தான் மீண்டும் என் நினைவு வந்தது.

"புத்தகத்தைப் பார்த்து, நீயாகப் படித்துக் கொள். எனக்கு வேலையிருக்கிறது" என்று மழுப்பிக் கொண்டே சமையலுள்ளில் நுழைந்தேன்.

சமையல் வேலையிலுங் கூட, அன்று சரியான சிரத்தை காட்ட முடியவில்லை. ரசத்திற்கு உப்புப் போட்டேனா, இல்லையா என்ற சந்தேகம் மட்டுமே பத்துத் தடவை எழுந்திருக்கும். ஒவ்வொரு தடவையும் சுவை பார்த்துப் பார்த்து, உண்மையான சுவை கூட, மறந்து விடுமோ என்றாகி விட்டது. காரணம், பேயாட்டம் ஆடும் மனத்தை இழுத்துப் பிடித்து ஓரிடத்திலே நிலைக்கச் செய்ய முடியவில்லை. தும்பு நழுவியதை யறிந்த காளை, திமிறித் துள்ளித் தறிகெட்டுத் தாவுவது போல, என் மனம் குதித்துச் சாடியது.

"ரஞ்சி, சாப்பிடலாமா?" என்ற கணவரின் கேள்வியின் பலனாக அவர்கள் இருவருக்கும் உணவு பரிமாற வேண்டி வந்தது.

அவர்கள் இருவருக்கும் பரிமாறினேன். எப்படித்தான் அவர்களுக்குப் பரிமாறி மீளப் போகிறேனோ என்றிருந்தது. நூறு கஜ ஓட்டப் பந்தயம் ஓடி வந்தவன் கையில், ஒரு பென்சிலைக் கொடுத்து, 'அழகான படம் ஒன்று வரை' என்று கூறுவது போல இருந்தது.

சந்துருவின் இலையில் நான் பரிமாறும் போது, என்னுடைய கண்கள் அவரைக் கட்டவிழ்ந்த நிலையில் பார்த்தன. அவரும் சும்மாயிருந்தாரா? மெதுவாகத் தலையை நிமிர்த்தி என்னைப் பார்த்தார். அகன்ற ஒளிக் கண்கள் என் கண்களோடு உறவாடின. என் உடல் நடுங்கியது. பார்த்தோடு விட்டு விடவில்லை. அவருடைய உதடுகளில் குறும்புச் சிரிப்பு வேறு பூத்து நின்றது. எனக்கு மூச்சடைத்துக் கொள்வது போலிருந்தது.

காரணம்? அவருடைய குறுநகை, திரிபுரத்தை எரித்த சிவபெருமானின் புன்னகையில்லை; பவளக் கொடியை மயக்கிய பார்த்தனின் முறுவலாக இருந்தது!

எப்படியோ பரிமாறி முடித்து விட்டு, சமையலுள்ளில் சென்று, அடக்கி வைத்திருந்த மூச்சையெல்லாம் நெட்டித் தள்ளினேன். யமகண்டத்திலிருந்து தப்பிய மாதிரி இருந்தது.

அன்று எனக்கும் சாப்பாடு செல்லவில்லை. சாப்பிட்டோம் என்ற பேருக்கு ஒருவாய்ச் சோற்றை விழுங்கி விட்டு, மாடிக்குச் சென்றேன்.

மனம் மட்டும் ஒரு நிலையிலில்லை. என்னுடைய சக்திக்கு அப்பாலே நின்று, என்னை வாட்டிக் கொண்டிருந்தது. அதன் போக்கிலேயே நாமுஞ் சென்று வரலாமென்றால் அதுவும் முடியவில்லை. காரணம், மனத்தின் பாதை அகன்ற ராஜபாட்டையாக இல்லை; வாளின் கூர்மை போல் இருந்தது. அதன் மேல் செல்ல ஆரம்பித்தால், சிந்தனைகள் இரத்தக் களறியில் தான் மூழ்க வேண்டும்!

சந்துருவின் நினைவை எவ்வளவுதான் ஒதுக்கி வைக்க முயன்றாலும், முடியவில்லை. புதுப்புதுப் பயங்கர அலைகளை, சிந்தனை எழுப்பிக் கொண்டிருந்ததனால் தான்,

அன்று தூங்கக் கூட முடியவில்லை. கணவர் வருவதற்கு முன்னேயே, நான் படுக்கையில் போய்ப் படுத்துப் புரண்டு கொண்டிருந்தேன், கெட்ட சொப்பனங் கண்டு நெளியும் நோயாளியைப் போல. கணவர் வந்து விளக்கை யணைத்து விட்டு படுத்ததெல்லாம் எனக்குத் தெரியத்தான் தெரியும். அன்று அவர் என்னை எழுப்ப முயல்வும் இல்லை; நானும் அதை விரும்பவில்லை. பொய்த் துயில் கொண்டு சிந்தனையோடு முண்டிப் போராடும் எனக்குச் சாந்தி தரும் தூக்கம் எங்கிருந்து, எப்படி வரும்? மனத்திலோ சந்துருவின் உருவமும், நினைவும் அணுவுக்கு அணு நிறைந்திருந்தது. காட்டு மரங்களின் ஊடே திரிந்து, பரபரப்பு உண்டு பண்ணும் மேல்காற்றின் ஒலியைப் போல, எனது இருதயத்தில் சந்துருவின் நினைவு சுற்றித் திரிய ஆரம்பித்தது. வீட்டிலுள்ள புகையை, புகைக் கூண்டு வழியாய் வெளியேற்றி விடலாம்; காற்றை வெளியேற்ற முடியுமா?

நீண்ட பெருமூச்சுக்கள் என்னுடைய கணவர் தூங்கி விட்டார் என்பதை அறிவுறுத்தின. திறந்து வைத்த சாளரத்தின் வழியாய் ஆறாம் பிறைச் சந்திரனின் மங்கிய ஒளி சிந்திய பாலைப் போலப் பரந்து கிடந்தது.

படுக்கை கொள்ளாமல் புரண்டு கொண்டிருந்த என் மேல் கணவரின் தூங்கிய கை விழுந்தது. அந்த அன்புக் கரத்தின் ஆதாரத்திலாவது தூங்கி விட முடியாதா என்று எண்ணினேன். ஆனால் கண்கள் கூட, மூடாமல் இமை திறந்திருந்தன.

சாந்தியிழந்த என் இதயத்திற்கு மோன நிலையில், இரவில், நெடுவழி செல்லும் சந்திரனாவது இதம் அளிப்பான் எனத் தோன்றியது.

கணவரின் கையை மெதுவாக எழுத்துக் கீழே வைத்து விட்டுப் படுக்கையிலிருந்து இறங்கினேன். இறங்கி, திறந்த சாளரத்தின் சுவரின் மேல் போய் அமர்ந்து கொண்டேன்.

இருளின் அமைதியில் எழுந்த என் கணவரின் மூச்சு என் மனத்தில் பயத்தை உண்டு பண்ணியது. சாந்தியை நாடிச் சென்ற சந்திர ஒளியில் சாந்தி கிடைக்கவில்லை. அதற்குப் பதிலாகத் தூக்கக் கிறக்கத்தில் இருந்த உணர்ச்சிகளெல்லாம் விழித்தெழுந்து கொண்டு, என்னைத் துன்புறுத்தின. வெட்டுப்பட்ட கடாவின் உடலிலிருந்து பாயும் இரத்த வெள்ளத்தைப் போல, சிந்தனை வெளிப் பாய ஆரம்பித்தது.

சந்துரு! அவரோடு, சிறு வயதில் எப்படியெல்லாம் பழகியிருக்கிறேன்? பிள்ளையார் கோவில் தோப்பிலே தான் எத்தனை தடவை அவரோடு சண்டை போட்டிருக்கிறேன்! அப்பா! என் வாழ்வோடு வாழ்வாய், துயரோடு துயராய், மரத்தோடு ஒட்டிய பட்டை போல வாந்து வந்தாரே?

தூரத்தில் எங்கோ ஊளையிடும் பட்டி நாயின் குரலோடு, காற்றில் சலசலக்கும் பனையோலைகளின் சப்தமும் என் காதில் விழுந்தது. அந்த நேரத்தில் கந்தர்வ கானம் விழுந்தால் கூட, எனக்கு எரிச்சலாய்த்தான் இருக்கும். ஆம், என் இதயத்தின் துக்கத்துக்குப் பின்னால், இறந்த கால அனுபவங்களின் கோரச் சலசலப்புக் கேட்கிறது; ஆனால், அவற்றை நான் கண்ணால் காணத்தான் முடிவதில்லை.

என் சிந்தனைப் பட்டம் இரவின் அமைதியிலே, திக்குத் திசாந்த முணராமல், பறக்கத் தொடங்கியது. எனக்கு இருந்த ஆத்திரத்தில், அது வாலறுந்து கீழே விழுந்தாலும், நல்லது தான் என்றிருந்தது.

சந்துருவை நான் காதலித்தேன். என்னுடைய அழகை அவருடைய ஆத்ம உணர்ச்சிக்கே சமர்ப்பிக்க வேண்டுமென்று கனவு கண்டு மகிழ்ந்தேன். ஆனால் அழகும் அந்தஸ்தும் சந்தையில் விலைக்கு விற்கப்படும் பொருளாக, இந்த 'நாகரிக உலகில்' கருதுவதாலேயா அவரை நான் அடைய முடியவில்லை? எப்படியோ காலப் போக்கின் தறி கெட்ட பாய்ச்சலிலே என்னை இன்னொருவருக்கு மனைவியாக்கி விட்டார்கள். ஆனால், நான் விரும்பிய அதே சந்துரு இப்போது என்னுடைய பக்கத்திலேயே வந்து இருப்பதென்றால்-? அதைத் தான் என்னால் தாங்க முடியவில்லை.

இப்போது பக்கத்து அறையில்தான் சந்துரு தூங்கிக் கொண்டிருப்பார். தூங்கவாவது? பரிமாறும் போது, என்னைப் பார்த்துக் குறும்பு நகை புரிந்தாரே, அவரா தூங்குவார்? என்னைப் போலத்தான் அவரும் விழித்துக் கிடந்து துன்புறுவார். என்னைப் பற்றி என்னென்ன நினைக்கிறாரோ?

ஆனால், நான் என்னவோ அவரை நினைக்காமலேயே இருக்க முடியவில்லை. என்னுடைய விதியை நொந்து, அவருடைய அன்பான பாதங்களில் முகத்தைப் புதைத்துக் கொண்டு அழுது தீர்க்க வேண்டுமென்றிருந்தது, எனக்கு.

மனத்தில் குமுறிய எண்ணங்களின் கரிப்பால் கண்ணில் நீர் துளித்தது.

"ரஞ்சி!" தூக்கத்தில் விழித்துக் கொண்ட கணவரின் குரல், அது.

"இதோ வருகிறேன்" என்று சாளரத்திலிருந்து இறங்கினேன். "எங்கு போயிருந்தாய்? தூக்கம் பிடிக்கவில்லையா? உடம்புக்கு..."

“அதெல்லாமொன்றுமில்லை. தண்ணீர் குடிக்கப் போயிருந்தேன்.”

“சரி” என்று முணுமுணுத்து விட்டு, கணவர் புரண்டு படுத்தார்.

அப்பா! தண்ணீர் குடிக்கப் போயிருந்தேனாம். இந்த மனம் எவ்வளவு தைரியமாகப் பொய் சொல்கிறது? முதல் தடவையாக, என் கணவரிடம் ‘முழுப்பொய்’ சொல்லி விட்டேன். “பொய்தான் எல்லாத் துன்மார்க்கங்களுக்கும் முதற்படி” என்று எவனோ சொன்ன வரிகள் நினைவுக்கு வந்தன. என்னுடைய இந்தப் பொய்யும், ஏதேனும் துன்மார்க்கத்துக்கு அறிகுறியா? சேச்சே! இருக்கவே முடியாது.

சொன்ன பாவத்திற்கு ஒரு வாய் தண்ணீர் குடித்து விட்டுப் படுக்கையில் சென்று படுத்தேன். சிந்தித்துச் சிந்தித்து ஓய்ந்த மனமும் அவயங்களின் அலுப்போடு இணைந்து தூங்க ஆரம்பித்தன. நான் தூங்க ஆரம்பித்ததே, கடைசிச் சாமமாய்த்தானிருக்க வேண்டும்.

“ரஞ்சி! ரஞ்சி!” உடம்பின் மேல் அழுந்தி எழுப்பிற்று, ஒரு அன்புக் கரம். ஸ்பரிச உணர்ச்சியால் ஏற்பட்ட கிளுகிளுப்பினால் உடனே விழித்துக் கொண்டேன்.

எழுந்தவுடன் நிமிர்ந்து பார்த்தேன்; எழுப்பியது என் கணவர். வெளியே பார்த்தேன். எதிர் வீட்டு மாடிச் சுவரில் பளீரென்று காய்ந்து கொண்டிருந்தது சூரிய ஒளி.

எனக்கே வெட்கமாய்ப் போய்விட்டது. “விடிந்து விட்டதா?” என்றேன் ஆச்சரியத்தோடு.

“இல்லையடியம்மா, இன்னுங் கோழி கூடக் கூவவில்லையே” என்று சிரித்துக் கேலி பண்ணினார் கணவர்.

“எழுந்தவுடனேயே கேலிதானா?” என்று சலித்துக் கொண்டேன், நான்.

“சரி, போய் காப்பி கொண்டு வா. இங்கே பார், அடுக்களையிலும் போய்த் தூங்கி விடாதே” என்று கிண்டினார், மீண்டும்.

அவருடைய கேலியைப் பொருட்படுத்தாமலேயே மாடியை விட்டுக் கீழிறங்கினேன்.

*****

சாப்பாட்டையெல்லாம் முடித்துக் கொண்டு, என் கணவர் ஆபீசிற்குக் கிளம்பும்போதுதான், சந்துரு சில நாள் அவரோடு தங்கப் போவதாகவும் அதுவரையிலும் தனக்குச் சாப்பாடு கொடுத்தனுப்ப வேண்டாமென்றும், தானே வந்து விடுவதாகவும் கூறினார்.

மங்கியெரிந்த என் சிந்தனை நெருப்பில் நெய் வார்த்தது போலிருந்தது அவருடைய சொற்கள். சந்துரு இங்கு இன்னும் சிலநாள் தங்கப் போகிறார். ஏன்? இந்த அபலையின் மனத்தைச் சூறையாடிப் பாழாக்கவா?

என் மனம் ஓய்வு நேரத்தில் சம்பாதித்த பலத்தைக் கொண்டு, மீண்டும் ஓட ஆரம்பித்தது.

சந்துரு இங்கு தங்குவது ஒருவகையில் நல்லதுதான். அவருடைய கனிந்த முகத்தைப் பார்த்தாவது, இந்த பஞ்சையுள்ளத்தைப் பரவசப்படுத்தலாமல்லவா? ஆனால், நான் நினைப்பது போலன்றி, சந்துருவின் முகம் நீறு பூத்த என் காதல் நெருப்பை ஊதிப் பெருக்கி விடுமேயானால்-? அப்போது, அவர் இங்கிருந்து சென்று தானாக வேண்டும்!

நங்கூரமற்ற கப்பல், பேரலைகளின் பிடியிலே அகப்பட்டுத் தள்ளாடுவதைப் போல இருந்தது, என் மனம்.

இந்த நிலையில், நான் மாடிக்குச் சென்றதே தப்பு என்று தான் படுகிறது. ஆனால், ஒதுக்கி வைத்த கனியை வேண்டுமென்றே எடுத்துச் சுவைத்த ஆதாம் ஏவாளைப் போலத்தான் என்னுடைய கால்கள் என்னை மாடிக்கு இழுத்துச் சென்றன. ‘சாத்தான்’தான் எத்தனை உருவில் மனித மனத்தைப் பாழாக்குகிறான்!

மாடியில், கணவரின் அறையில், சந்துரு உட்கார்ந்து கொண்டிருந்தார். அவர் கையிலிருந்த அந்தப் படம்? கூர்ந்து கவனித்த பின்புதான், அது எங்கள் மணவினையின் போது, எடுத்த ‘கப்பிள் போட்டோ’ எனத் தெரிந்தது. “சந்துருவுக்கு அந்தப் படத்தில் என்ன வேலை! ஒரு வேளை தன் பால்ய சிநேகிதியைப் பார்த்துப் பரவசமடைகிறாரோ?”

என் கை வளையல்களின் குலுங்கல் சப்தம் அவருடைய நிலையைக் குலைத்து விட்டது; திரும்பிப் பார்த்தார். இருட்டிலே போலீஸ்காரனின் பார்வைக்கு அகப்பட்டுக் கொண்ட திருடனைப் போல, அப்படியே நின்று விட்டேன். நடக்கக் கூட, காலில் தெம்பு இல்லை. முழங்காலுக்குக் கீழே குளிர்ந்து விட்டது போலிருந்தது, எனக்கு.

நாற்காலியிலிருந்து எழுந்து வந்தார் சந்துரு. எனக்கு ஒன்றும் ஓடவில்லை. அதிர்வெடித் திரியில், நெருப்பு வைக்கப் போவது போலிருந்தது, அவர் வருகை.

"ரஞ்சி!" - அவருடைய குரல் கம்மியிருந்தது. என் முன்னால் வந்து நின்று கொண்டார்.

என்னால் பதில் சொல்ல முடியவில்லை. என்னத்தைச் சொல்லுவது?

"பேசக் கூடாதா?" என்றார் அடைத்துப் போன விம்மலோடு.

எனக்கு அழுது விடுவோமா என்றிருந்தது. அவரை எதிர்த்துப் பார்த்தேன்; கருணை வீசும் அந்தக் கண்களில் ஓடும் சிவப்பு ரேகைகளைக் கண்ட என் தலை தானாகவே குனிந்து கொண்டது.

"ஊரில் மாமா மாமியெல்லாம் உன்னைப் பார்க்க வேண்டுமென்று எவ்வளவு ஆசைப்படுகிறார்கள் தெரியுமா?" என்று பேச்சைத் தொடங்கினார்.

எனக்கு மௌனமாயிருப்பது என்னவோ போலிருந்தது. சிரமப்பட்டுச் சேகரித்த அசட்டுத் துணிவோடு, *"எல்லோரும் சுகந்தானே"* என்றேன், விக்கிய குரலில்.

"சுகத்திற்கு ஒன்றும் குறைச்சலில்லை" என்று சலித்துக் கொண்டார், நீண்ட பெருமூச்சுடன்.

அப்போது அவரைப் பார்த்தேன். ஆம், அவர் கண்களிலும் காதலொளி களியாடிக் கொண்டிருந்தது.

“வரட்டுமா?” என்று எங்கள் சந்திப்புக்கே முத்தாய்ப்பு வைக்க முயன்றேன்.

“அதற்குள்ளாகவா?” என்று என் பிசையும் கரைத்தைப் பற்றினார்; எனக்கு உடல் நடுங்கியது.

“விட்டுவிடுங்கள். நான் போகவேண்டும்” என்றேன், கம்மிய ஒலியில்.

அவருடைய பிடி தளரவில்லை. அந்தப் பிடியில் ஏதோ ஒரு ஆறுதலைக் கண்டவர் போல நின்றார். நானாகக் கையை உதறியிழுத்துக் கொண்டு, வெளியேற முயன்றேன்.

அதற்குள், அவருடைய துடியான கைகள் என் சேலை முனையைப் பற்றின. என் தலை கிறுக்கிற்று. என்னையறியாமலேயே சந்துருவின் மேல் சாடி விழுந்து விட்டேன். எல்லாம் அவசரத்தில் நேர்ந்த தடுமாற்றங்கள்!

என் உடம்பு புல்லரித்தது; இவ்வளவு நேரமும் முண்டித் தவித்த அழுகையும் வெளிப்பட்டு விட்டது.

அழுதேன், அழுதேன்; விக்கி விக்கியழுதேன்.

“ரஞ்சி” யென்று என் தலையைத் தடவினார் சந்துரு, உடலில் பாய்ந்த அம்பைப் பிடுங்கி யெறிந்து விட்டு, புறாவைத் தடவுவது போல.

தன்னுணர்வு பெற்ற நான் அவருடைய பிடிப்பிலிருந்து திமிறித் தப்பித்து, இறங்க முயன்றேன். ஆனால் அவசரத்தில், என் கை வளையல்கள் நொறுங்கிச் சிதறி விழுந்தன.

அவற்றை மிதித்துக் கொண்டே மாடிப்படியில் கால் வைத்தேன். கடைசிப் படியிலிறங்கும் போது மாடியை ஏறிட்டுப் பார்த்தேன்.

மாடிப்படியெல்லாம் சிதறிக் கிடந்த அந்தக் கண்ணாடி வளையல் துண்டுகளை, சந்துரு பொறுக்கிக் கொண்டிருந்தார்.

அவருடைய சிவந்த கண்களிலிருந்து, கண்ணீர் வழிந்து கொண்டிருந்தது!

அத்தியாயம் : 13

“ஏம் மன்னி, கண்ணெல்லாம் சிவந்திருக்கு?” என்று கேட்டாள் பள்ளிக்கூடம் விட்டுத் திரும்பி வந்த மீனி.

“ஒன்றுமில்லையடியம்மா” என்று மழுப்பினேன், நான்.

“சொல்லமாட்டியா?” என்று தலையை இறங்கப் போட்டுச் சாய்த்துச் சொன்னாள், மீனி. அவள் கண்களில் ஏதோ ஏக்கம் தேங்கியிருப்பதாகத் தோன்றியது.

“அடுக்களையுள் வேலை செய்யும் போது, கரி விழுந்து விட்டது” என்றேன், நான்.

“கண்ணைத் திறந்துக்கோ, நான் ஊதுறேன்” என்று வாயில் மூச்சையடக்கினாள் மீனி, பெரிய டாக்டரைப் போல.

“ஒன்றும் வேண்டாம். இப்போது எல்லாம் சரியாய்ப் போய்விட்டது” என்று மழுப்பி, “மீனி இப்போதே சாப்பிடுகிறாயா? இல்லை - அண்ணா வந்தவுடன் சாப்பிடுகிறாயா?” என்று பேச்சைத் திருப்பினேன், நான்.

“அண்ணா வருதா? அப்போ, அண்ணாவுடன் தான் சாப்பிடுவேன்” என்று குதூகலத்துடன் கூறிக் கொண்டே குதித்தோடினாள், மீனி.

மீனி போனதே நல்லதாயிற்று. கண்களையும் முகத்தையும் கழுவிக் கொண்டு, மனத்தில் உற்சாகத்தை வரவழைக்க முயன்றேன். ஆனால், சலன மனத்தின் கொந்தளிப்பினால் துன்பப்படும் எனக்கு உற்சாகம் எங்கிருந்து வரும்?

மீனி போன சிறிது நேரத்திற்கெல்லாம் கணவரும் வந்து விட்டார். "வெயில் என்னமாய் அடிக்கிறது! இந்தப் புழுக்கத்திற்கு கட்டாயம் இன்று மழைதான் வரும்" என்று கூறிக் கொண்டே உடுப்புக்களைக் கழற்றி, ஸ்டாண்டிலே மாட்டினார்.

நானும் வெளியில் பார்த்தேன். வானத்துக் கோடியில் மேகங்கள் திரள ஆரம்பித்துக் கொண்டிருந்தன. அக்கினியைப் போல, வெயில் பொரிந்து கொண்டிருந்தது.

கால் கை கழுவிக் கொண்டு, சந்துருவை அழைத்தார், கணவர். மாடியிலிருந்த சந்துரு இறங்கி வந்தார். அப்பா! இந்த ஆண்களே இப்படித்தானா? அவருடைய முகத்தில் களை குன்றவேயில்லையே! என்னைக் கண்டு சிறு பிள்ளையைப் போல, கண்ணீர் விட்ட சந்துருதானா, இப்படி உற்சாகத்தோடு வருகிறார்?

நான் மட்டும்-? என் முகத்தில், மாடியில் நடந்த சம்பவம் அச்சடிக்கப்பட்டிருக்குமே! முகத்தை மீண்டும் ஒரு தடவை கழுவித் துடைத்துக் கொண்டேன்.

இருவருக்கும் உணவு பரிமாறினேன். எனக்கு உதவியாக மீனியும் கலந்து கொண்டாள். மீனியின் ஒத்துழைப்பு எனக்குத் தைரியத்தை யூட்டியது. உடல் நடுக்கம் ஒன்று மின்றியே, எப்படியோ அவர்கள் சாப்பாட்டைக் கவனித்து விட்டேன்.

சாப்பிட்ட சிறிது நேரத்தில், கணவர் சந்துருவிடமும் என்னிடமும் விடைபெற்றுக் கொண்டு, ஆபீசிற்குப் போய் விட்டார். சந்துருவும் மாடிக்குச் சென்றார். மீனியும் நானும் கதை பேசிக் கொண்டே சாப்பிட்டு முடித்தோம். மீனியும் பள்ளிக்கூடத்துக்குப் புறப்பட்டாள். "மீனி, சாயந்திரம் மழை

வந்தாலும் வரும்; இந்தக் குடையையும் கொண்டு போ”வென்று குடையையும் கொடுத்தனுப்பினேன், நான்.

மீண்டும் தனிமை வந்து என்னைச் சூழ்ந்து கொண்டது. கணவர், மீனி, சாப்பாட்டு வேலை முதலியவைகளினூடே, எனது நினைவுகளை ஒதுக்கி வைக்க முடிந்தது. எறியப்பட்ட கல்லினால் கலைந்த நீர்ப்பாசி, அலைகள் ஓய்ந்தவுடன் மீண்டும் கூடுவது போல், என் சிந்தனைகளும் மீண்டும் கூடிக் கொண்டு கூத்தாடின:

“சந்துரு என்னைக் காதலித்திருப்பாரா? இல்லை, இன்னும், வேறொருவருடைய மனைவி என்ற உரிமைக்கு நான் ஆளான பின்னும் காதலிக்கிறாரா? சே! அவ்வளவுக்கு என்னைப் போல பலஹீனராயிருக்க மாட்டார். என்ன இருந்தாலும், அவர் ஆண்பிள்ளை. வாழ்வின் மேடு பள்ளங்களையும் வழுக்கல்களையும் பொருட்படுத்தாமல், முன்னேற வேண்டிய பிறவிகள், அவர்கள். ஆனால், பெண்கள் அப்படியா? ஒரே ஒரு சிறு தோல்வி எங்களுடைய முழு வாழ்க்கையையுமே குலைத்து விடக் கூடும். ஆனால்-?

“சிதறிய வளையல் துணுக்குகளைப் பொறுக்கிய சந்துருவின் கண்களில் நீர் வரக் காரணம்? போனது கண்டு புலம்புகிறாரா? என்னுடைய சந்திப்பைத் தாங்க, அவ்வளவு சக்தியற்றா போயிருந்தார்? இல்லை. என்னுடைய துக்கத்தில் பங்கெடுக்க வேண்டும் என்ற தியாக நினைவின் ஊற்றா, அந்தக் கண்ணீர்?”

பேசாமடந்தையின் ஒவ்வொரு உடுப்பினுள்ளிருந்தும் வேதாளம் சொன்ன கதைகளைப் போல, என் சிந்தனையினுள்ளும் எண்ணங்கள் புதிது புதிதாய் முளைத்துக் கொண்டிருந்தன.

"ஒன்று மட்டும் நிச்சயமாக எனக்குப் புலப்பட்டது சந்துரு இன்று இல்லா விட்டாலும், என்றாவது ஒரு நாள் என்னை விரும்பித்தான் இருக்க வேண்டும். ஆனால், நானோ அன்று மட்டுமல்ல, இன்று கூட சந்துருவை விரும்புகிறேன். என்னைப் போலவே, சந்துருவும், இன்றும் என்னை விரும்பினால்-? விரும்பியும் பலனில்லை. சூடாறிப் போன இரும்பை, சம்மட்டி கொண்டடித்தால் பயன் ஏற்படுமா? என்னை என் கல்யாணத்திற்கு முன்னாலேயே, அவர் அடைய வழி தேடியிருக்க வேண்டும். இப்போது, எனக்குக் கல்யாணமாகி, வேறொருவர் மனைவியாக, வேறொரு வீட்டில் புகுந்த பின்பு-? சே! நான் ஏன் அபாண்டமாக அவருடைய சின்ன அழுகையின் மேல் இத்தனை கோட்டைகள் கட்ட நினைக்கிறேன்? அவரைப் பற்றிய நினைவேயில்லாதிருக்க முடியாதா? முடியும். என் இதயத்திலுள்ள பழங்காதல் நெருப்பு முற்றுற அவிந்தால் முடியும். அப்படியின்றி, அது மீண்டும் பற்றிக் கொண்டால்-?"

முற்றத்து வராந்தா ஓரம் நின்று, இம்மாதிரிச் சிந்தனைகளில் அடிபட்டுக் கிறங்கி நின்ற என்னை, "ரஞ்சி" என்ற மெல்லிய குரல் உலுப்பிற்று; திரும்பிப் பார்த்தேன்.

என் பின்னே சந்துரு நின்று கொண்டிருந்தார். கடவுளின் பிரசன்னத்தை எதிர்நோக்கித் துடிக்கும் தபசியைப் போல.

என்ன துணிச்சல்! மாமன் மாமி முதலியோர் கண்டால், என்ன நினைப்பார்கள்? இப்படியா வெளி முற்றத்தில் பட்டப் பகலில் சந்திப்பது? இவரா பலஹீனர்! பலஹீனம் இருந்தால் என்னை மீண்டும் சந்திக்கத் துணிந்திருப்பாரா?

"ரஞ்சி, மன்னிக்க வேண்டும். இந்தக் கடிதத்திற்கு உனது நேரடியான பதில் வேண்டும். என் வாழ்வே அதைப்

பொறுத்துத்தான்... அதெல்லாமெதற்கு?" என்று ஒரு பொத்தைக் கவரை என் கையில் கொடுத்தார்.

"நான் வெளியில் போகிறேன். மாலையில் தான் வருவேன். வேதம் வந்து விட்டால் சொல்லு" என்று கூறி விட்டு உடனே கிளம்பினார் அவர்.

அவருடைய கடிதத்தை வாங்கவா, வேண்டாமா என்ற முட்டால் விசாரணைக்குப் போகும் முன், அவருடைய கடிதம் என் கையில் ஏறிவிட்டது. முதல் தடவையாக, பிரசங்கத்தைத் தயார் செய்து கொண்டு பேசும் கன்னிப் பிரசங்கத்தைப் போல, அவர் விறுவிறு என்று சொல்லி விட்டுப் போய்விட்டார்.

கையிலிருந்த அந்தக் கடிதம் என் மனத்தைக் குழப்பியது. என்னவோ, கால சர்ப்பத்தைக் கையிலேந்திக் கொண்டு விளையாடுவது போலத் தானிருந்தது.

ஆனால், இந்தப் பாவி மனம் மட்டும் அவர் என்னதான் எழுதியிருப்பார் என்று அறியத் தூண்டிற்று; அதை நினைக்கும் போதே நெஞ்சு படபடத்தது. கடிதத்தை எடுத்துக் கொண்டு, மாடியில் கணவர் அறைக்குச் சென்றேன். அறையில் போய் சாவதானமாக, உட்கார்ந்தேன். அப்போது, என் கண்கள் மேஜையிலிருந்த பொருட்களைத் துழாவின. அதோ-

என்னுடைய உடைந்த வளையல் துண்டுகளைப் பொருத்திப் பொருத்தி வளையம் உண்டாக்கப் பார்த்திருக்கிறார், சந்துரு. சே! இந்தப் பாவியின் சந்திப்பால், அவருடைய மனம் என்ன பாடுபட்டிருக்கிறது!

உறையைக் கிழித்துக் கடிதத்தை எடுத்தேன். உச்சியிலிருந்து உள்ளங்கால் வரை ஏதோ பனிக்கட்டி உருளுவது போலிருந்தது.

மார்கழி மாதக் குளிரில் காலையில் ஆற்றுக்குச் சென்று, "விறைக்கும்" என்று திட்டமாய்த் தெரிந்தும் மனத்தைச் சரிப்படுத்திக் கொண்டு, 'குபுக்'கென்று நீரில் பாய்வதைப் போல, நான் அவருடைய கடிதத்தில் நுழைந்தேன்.

"அன்புள்ள ரஞ்சி,

"நான் உனக்குக் கடிதம் எழுத உரிமையில்லை என்று நீ எண்ணலாம். ஆனால், என்னை விட உரிமை பெற்றவன் எவனும் இருக்க முடியாது என்பதுதான் என் எண்ணம். நீ இதை ஒப்புக் கொள்வாயோ, மாட்டாயோ? இருந்தாலும் என்னுடைய இந்த வேண்டுகோளை முழுதும் உணர்ந்து கொள்ள மனம் வைக்க வேண்டும்.

"என்ன எழுதுவதென்றே எனக்குப் புரியவில்லை. உணர்ச்சிகளை வார்த்தைகளில் வடித்தெடுக்க நான் என்ன கவிஞனா? இல்லை. உணர்ச்சிகளின் உறுமல்களுக்குப் பயந்து, கூனிப் பதுங்கும் மானிடப் பிறவிதான் நான்.

"ரஞ்சி, நீ என்னை உணர்ச்சியற்ற கல், பாறை, மரக்கட்டை என்றெல்லாங்கூட, கருதியிருக்கலாம். ஒரு வகையில், உன்னுடைய குரலின் முன் நான் தலைகுனிய வேண்டியதுதான். பள்ளிப் படிப்பின் வெறியிலே மாணவர் குழுவோடு அரட்டையடித்துக் கொண்டும், புத்தகங்களுக்கிடையே தலையைத் திணித்துக் கொண்டும் இருந்து விட்டேன். உன்னுடைய நினைவு கூட, ஏதோ மங்கிய கனவாகத்தான் பட்டது.

“படிப்பு முடிந்து ஊருக்குக் கிளம்பிய போதுதான் எங்கே பதுங்கியிருந்த உன் நினைவு என்னைக் கிளறி விட்டது. ஊர் வந்து சேர்ந்தேன். உன்னுடைய முகங்காணாமல், துணையை யிழந்த அணிற்பிள்ளையைப் போல வாடினேன். உன்னுடைய கல்யாண விஷயங்கூட, ஊருக்கு வந்த பின் தான் தெரிந்தது. அப்பாவும் தெரிவிக்கவில்லை. உன் கணவன் கூட, ஒருவரிடமும் தனக்குக் கல்யாணம் ஆகப் போவதாய்க் கூறவில்லை. ஆன பின் தான் விஷயத்தை மெதுவாக வெளியிட்டான். அதைப் பேசிப் பயனென்ன? உன்னிருப்பிடத்தை அறிந்தேன். உன்னைப் பார்க்க நினைத்தேன். அதற்காகவே வந்தேன். பள்ளிப் படிப்பினால், நீறுபூத்திருந்த நெருப்பு நம்முடைய ஊர் பிள்ளையார் கோவில் தோப்பு, அந்த ஓடை, நாவல்மரம் முதலியவைகளால் விசிறப் பெற்று, இன்று கனன்று எரிகிறது. ஆம், இன்றும், உன்னை நான் காதலிக்கிறேன். உன்னை மீண்டும் அடையலாம் என்ற தைரியத்துடன் தான் வந்திருக்கிறேன்...”

எனக்கு மேலே படிக்க ஓடவில்லை. என்னைப் போலத்தான் சந்துருவும் தன்னுடைய காதலை மனத்தினுள் போட்டுப் புதைத்திருக்கிறார். ஆனால், தரையில் புதைத்த பந்து வெளிவராமலிருக்கலாம். ஆனால் தண்ணீரில் புதைத்தது வெளிவராமலிருக்குமா? கண்ணில் துளித்த நீரைத் துடைத்துக் கொண்டேன். வெளியே பேய்க் காற்று மண்ணையள்ளித் தூவிக் கொண்டிருந்தது. வானமெல்லாம் இருண்டு வந்தது. இன்னும் சிறிது நேரத்தில், சரியான மழை வரும் போலிருந்தது.

கடிதத்தை மேலும் படிக்கலானேன்.

“ரஞ்சி, நீ கல்யாணமானவள், உன்னை நான் அடைய முடியாது என்று நீ நினைக்கலாம். நன்றாக யோசித்துப் பார். நீயாக விரும்பிக் கல்யாணம் செய்து கொண்டாயா?

அப்பாவும், அம்மாவும் சாஸ்திரத்திற்குட்பட்டு, பண்ணி வைத்தது கல்யாணமாகி விடுமா? கல்யாணத்தின் போது, உன்னுடைய இளம் மனம் அதை விரும்பியிருக்காது. உன்னை வாழ்விக்க விரும்பவில்லை, அவர்கள். உன்னை விலை சாட்டி விட்டார்கள். ஆனால், நீ நினைத்தால், மீண்டும் புத்துயிர் பெற்றுச் சிறப்புறலாம்.

"என்னுடைய வரிகள் உனக்குப் புதிர்போலத் தோன்றலாம். ஆழ்ந்து யோசித்துப் பார். கணவனுக்குப் பங்கம் இழைக்கிறோமே என்று எண்ணாதே. கற்பு கற்பு என்று எதையெல்லாமோ பிடித்துக் கொண்டு, கதைக்கிறது இந்த உலகம். கற்பு என்பது தான் என்ன? 'அளவு கடந்த அன்பினால் ஏற்பட்ட செல்வந்தான் கற்பு' என்கிறார், வங்கக் கவிஞர். அந்த அளவு கடந்த அன்பை, நீ யார் மேல் செலுத்துகிறாய்? உன்னுடைய அன்புக்குப் பாத்திரமானவன், நான் தான். என் வாழ்க்கை உன்னுடைய சம்மதத்தில் தொங்கி நிற்கிறது. குதர்க்க மொழிகளால், உன்னை மயக்குகிறேன் என்று எண்ணிவிடாதே. நம் வாழ்க்கை வீணையின் அறுந்து போன தந்திகளை உன்னால் தான் இழுத்துக் கட்ட முடியும்..."

நான் யோசித்தேன். எங்கள் வாழ்க்கை வீணையின் தந்திகளை இழுத்துக் கட்ட வேண்டுமாம். அவருக்கு வெறுந் தந்திகள் தான் அறுந்து போனதாகத் தோன்றுகிறது போலும்? எனக்கோ - சொல்லவே பயங்கரமாக இருக்கிறது - வெறுந் தந்திகள் மட்டும் அறுந்து போகவில்லை; வீணையே முறிந்து சுக்குநூறாக, வெறும் மரச்சிலும்பல்களாகக் கிடப்பதாகத்தான் தோன்றியது.

என் கண்ணில் தேங்கி நின்ற அந்த ஒரு சொட்டுக் கண்ணீரும் கடிதத்தில் விழுந்தது. வெளியில் காற்று பலமாய் அடித்தது. சவுக்கடிபட்ட சிங்கத்தைப் போல இடி உறுமிற்று. இப்போதோ, மறு விநாடியோ பெரிய மழை கொட்டும் என்று மட்டும் தோன்றிற்று.

குலைந்த மனத்தை, இழுத்துப் பிடித்துக் கொண்டு, கடிதத்தில் மீண்டும் நுழைந்தேன்.

“வாழ்வில் காதல் ஒரு சிறிய அம்சம்தான். ‘வாழ்வு முழுவதுமே காதல்ல’ என்று நீ படித்திருக்கலாம். அதை முழுவதும் நம்பிவிடாதே, அப்படி அதையெழுதியது, ஒரு பெண்ணாக இருக்க முடியாது; ஆணாகத்தானிருக்க முடியும். ஆண்களில் சிலருக்குக் காதல் வாழ்வின் ஒரு பகுதியாக இருக்கலாம். பெண்களில் எவருக்குமே காதல் அப்படி இருக்க முடியாது. காதலே உங்களது முழு வாழ்வும். ஒரு பெண்ணிற்கு இதைப் பற்றி நான் எழுத முனைவது முட்டாள்தனம். ஆனால், நீ தோல்வியடைந்த உனது காதலை நினைத்து உருகுவதை விட, சமூகத்தின் கம்பிகளைத் தாவிக் கொண்டு, மீண்டும் என்னை அடையலாம்.

“இவ்வளவு தைரியங்கொண்டு எழுதுகிறேன் என்று எண்ணாதே. என் மேல் உனக்குக் காதல் இருக்கிறதென்று திட்டமாய்த் தெரியும். இல்லையென்று நீ மறைக்க முடியாது. காதல் கஸ்தூரியைப் போன்றது. எப்படிப்பட்ட இதயப் பேழைக்குள் அதை மூடிப் பத்திரப்படுத்தினாலும், அதன் மணம் வெளிவராமல் போகாது. நீ என்னைக் காதலிப்பது மட்டுமல்ல; உனக்கும் எனக்கும் உள்ள தூரத்தை நினைத்து உள்ளூரக் கண்ணீர் உகுக்கிறாய். இல்லாவிடில், அப்போது என் மார்பில் விழுந்து அப்படி விக்கி விக்கி யழுதிருப்பாயா? உனது உணர்ச்சிகளைக் கிண்டி விடுகிறேன் என்று எண்ணாதே. தெரியாத்தனமாய் மனத்தைத் துன்புறுத்தியிருந்தால் மன்னிக்க வேண்டும்.

“வீணாகக் கடிதத்தை ஏன் வளர்க்க வேண்டும்? வெறும் வறட்டு வார்த்தைகளில் கோவையில், என்னுடைய ஆத்ம உணர்ச்சிகளை எல்லாம் பிழிந்து கொட்ட முடியுமா, என்ன? உன்னோடு நேரில் பேசலாமென்றால், அவ்வளவுக்குச்

சௌகரியம் அமையாது; அதனால்தான் இந்தக் கடிதம் எழுதினேன்.

"சமூகத்தின் பந்தச் சிறையை விட்டு, உன்னை வெளியேற்றி, மகிழ்விக்க வேண்டும் என்பதே என் விருப்பம். என்னுடைய காதல் உன்னுடைய வாய் வார்த்தையின் சம்மதத்தில் சரணடைந்திருக்கிறது. ஆம், புதிர் போடுவானேன்? நான் உன்னை விரும்புகிறேன். என்னுடன் நீ வந்துவிட்டால், நம்முடைய காதல், துக்கம் மறந்து களிப்புறும். இதில் உன் ஆத்மாவுக்கு விரோதமாய் ஒன்றும் செய்யத் தூண்டவில்லை. நீ விரும்பினால், என்னுடன் வந்துவிடு. சாந்தி நிலவும் ஏதேனும் ஒரு மூலைக்கு நாம் போய்விடலாம். நீ வந்துவிடுவாய் என்ற நம்பிக்கை எனக்குப் பூரணமாய் இருக்கிறது. வந்துவிடு. உனது காதலனை மகிழ்விக்க, உனது காதலைப் பூர்த்தி செய்ய என்னோடு நீ வருவாயா? பதில் உடன்.

உன் சந்துரு."

கடிதத்தை முடித்தேன். இவ்வளவு நேரமும் பிரமிப்பு விழுங்கி வைத்த பெருமூச்செல்லாம் ஒன்றாகத் திரண்டு வெளியாயிற்று. ஆனால், மனத்தின் பாரம் குறைந்ததாக இல்லை. சிந்தனையைக் கிளறி, மனத்தின் போராட்டத்தை மூட்டிவிட்டது, அந்தக் கடிதம். சாளரத்தின் வழியே வெளியே பார்த்தேன். பெருந்தூற்றல் போட்டுக் கொண்டிருந்தது. தூற்றலைத் தொடர்ந்து, காற்று பயங்கரமாகச் சீறவாரம்பித்தது. ஈட்டியால் குத்தப்பட்ட களிறைப் போல இடி பிளிறியது. சில விநாடிகளில் தூற்றல், பெருமழையாக மாறிக் கொட்ட ஆரம்பித்தது.

என் மனமும் அப்படித்தானிருந்தது. சந்துருவின் கடிதம் என்னுடைய நலிந்த மனத்துக்கு மின்சார வலியூட்டிச்

சிந்திக்கத் தூண்டிற்று. ஏதோ பார்த்தறியாத சுகலோகத்துக்கு வழிகாட்டும் வாடாவிளக்கு மாதிரி இருந்தது, அவர் கடிதம்.

ஆடை படர்ந்தும் கவனிக்கப்படாத பால் எப்படிக் கொதிப்பேறி, பொங்க ஆரம்பிக்கிறதோ, அந்த மாதிரியாயிற்று என் நிலை. மனத்தினுள்ளே, கடிதத்தைத் தொட்ட விநாடி முதல், உணர்ச்சியும் சக்தியும் ஒன்றையொன்று முட்டி மோதவாரம்பித்து விட்டன. அந்த மோதுதலின் எதிரொலி போல, சிந்தனைகள் தெறித்து விழுந்தன. செங்கனலேறிய இரும்புப் பட்டை, சம்மட்டியடியைத் தாங்காமல் சிதறி விடும் தீப்பொறிகளைப் போல.

“சந்துரு என்னை இன்னும் காதலிக்கிறார். தன்னுடைய காதலில் நம்பிக்கை இழக்காமல், என்னுடைய காதல் வார்த்தையில், தம் வாழ்வையே முடிபோட்டு வைத்து விட்டார். அவர் சொல்வது போலவே, அவருடைய எண்ணத்தைப் பலிதமாக்கினால்? அவரோடு சேர்ந்து, நான் கண்காணாவிடத்திற்கு ஓடிப் போய் விட்டால்?”

வானத்தில் இரும்புருளை உருண்டதுபோல், பிரம்மாண்டமாக இடி இடித்தது. காற்றின் வேகத்தால், படபடவென்று அடித்துக் கொண்டது கதவு. சாளரத்தின் கதவை அடைக்க எழுந்து போனேன். அதோ, அந்தக் கோயில் தென்னை மரந்தான் ஏன் இப்படிப் பேய் பிடித்தது போலத் தலைவிரித்தாடுகிறது? அதற்குள் ஒரு தென்னைமட்டை அறுந்து, காற்றிலே பறந்து விழுந்தது. ‘கா கா’ என்ற சப்தம். கூர்ந்து கவனித்தேன். மட்டையோடு, பறக்கத் தெரியாத காக்கைக் குஞ்சுடன் ஒரு கூடும் விழுந்து கொண்டிருந்தது! என்னால், அதைக் காணவே சகிக்கவில்லை. அந்தக் காக்கைக் குஞ்சு!

என் மனத்தின் பிரதிபலிப்பைப் போல, இயற்கை வெளியிலே கோர நர்த்தனம் ஆடிக் கொண்டிருந்தாள். ஊளையிடும் காற்றின் சீறலோடு இடியும், மழையும் கைத்தாளம் போட்டுக் கொண்டிருந்தன.

பட்டென்று சாளரக் கதவை மூடி விட்டு வந்து உட்கார்ந்தேன். மனம் அந்தத் தென்னை மரத்தைப் போலவே பேயாட்டம் ஆடியது. அதன் உச்சியைப் பிடித்து, ஆட்டத்தை நிறுத்த முடியவில்லை. பரபரவென்று மேஜையிலிருந்து அந்தப் புத்தகத்தை எடுத்தேன். அது பாரதியின் காவியங்கள். *"பட்டப் பகலில் பாவலர்க்குத் தோன்றுவதாம், நெட்டைக் கனவுகளில்"* மனத்தைச் சாந்தப்படுத்தி விடலாம் என்று எண்ணினேன். கண்ணை மூடிக் கொண்டு, ஒரு பக்கத்தைத் திறந்தேன். பரபரவென்று வாசிக்க ஆரம்பித்தேன் ஆத்திரத்தோடு.

காற்றைப் பற்றியுள்ள வசனப் பகுதி அது:

"நடுக்கடல். தனிக் கப்பல்.
வானமே சினந்து வருவது போன்ற புயற்காற்று.
அலைகள் சாரி வீசுகின்றன. நிர்த்தூளி படுகின்றன.
அவை மோதி வெடிக்கின்றன.
சூறையாடுகின்றன.
கப்பல் நிர்த்தனஞ் செய்கிறது.
மின்வேகத்தில் ஏற்றப்படுகின்றது.
பாறையில் மோதிவிட்டது.
ஹதம்!..."

புத்தகத்தை அப்படியே மூடி மேஜை மீது எறிந்தேன். சாந்தி தேடிய எனக்கா இந்தப் புயலும், கப்பலும்! நிர்த்தூளி படுகிறதாம்! வெடிக்கிறதாம்! ஹதம்! - சே! என்னுடைய மன

நிலையையே வார்த்தைகளில் வடித்தெடுத்து, மொழி பெயர்த்து விட்டானே, இந்தக் கஞ்சாக்கவி!

சிந்தனையின் போதையிலே, மீண்டும் என்னை மறந்தேன்.

“சந்துருவுடன் ஓடிப் போனால், என்னைப் பொறுத்த வரையிலும் சுகமாகவேயிருக்க முடியும் என்று படுகிறது. இத்தனை நாள் மனத்திற்குள்ளேயே கிடந்து புழுங்கித் தவித்த தவிப்பிற்கு ஒரு முடிவு வந்துவிடும். சாந்தி நிலவும். வாழ்க்கையை எங்கேனும் ஒரு இடத்தில் அனுபவிக்கலாம். ஆனால் அங்கு சென்ற பிறகும் என் கணவருக்கு நான் துரோகம் இழைத்து விட்டேனே என்ற நினைப்பு என்னைக் கவ்விக் கொண்டால்? மீண்டும், வாழ்வு கசந்துதான் போகும். மேலும் நான் போய்விட்டால், உலகம் என்னை என்ன சொல்லும்? “விபசாரி! கள்ளி! கற்பிழந்தவள்!” என்றெல்லாம் தூற்றும். என் பெயரின் மேல் பழியை ஏற்றிக் காறியுமிழ்ந்து, தனது ஆத்திரத்தைத் திர்த்துக் கொள்ளும். ஆனால், தூயவை துணிந்த பின்பு பழி வந்து நம்மைச் சூழ்ந்து கொள்ளுவதேது?”

அர்த்தமற்று நகைத்துக் கொண்டேன், நான்.

என் சிந்தனைச் சக்கரம் மாறிச் சுழன்றது, அதே பேய் வேகத்தில்:

“சந்துருவின் எண்ணப்படியே, அவரோடு போகாமல், மீண்டும் என் கணவருடனேயே வாழத் தீர்மானித்தால்? அப்போது, என் இதயத்தினுள்ளே பதிந்து போன சந்துருவின் நினைவு என்னை உருக்கி நாசமாக்கிவிடும். சாகும் வரையிலும், என்னுடைய கணவருக்கு என் ஆத்மாவைச் சமர்ப்பிக்க, உரிமையாக்க முடியாது. ஆனால் கையெட்டு தூரத்தில், வலிய வந்து நிற்கும் காதல் அதிர்ஷ்டத்தைக் காலால் உதறித் தள்ளிவிட்டு, மீண்டும் துன்புறவா? நீறு பூத்த

என் காதல் நெருப்பு அணையுமென்று எண்ணினேன். அதற்கு மாறாக, அது பிரம்மாண்டமான வடவை அக்கினியைப் போலப் பற்றிக் கொண்டதே! இந்த வேளையில் நான் சந்துருவின் ஆசையை, காதலை நிராகரித்தால், அந்தத் தீயிலேயே என்னை ஆகுதியாகப் பொசுக்கிக் கொள்ள வேண்டியதுதான்!"

"ஆம், பொசுங்க வேண்டியதுதான்!" என்று கர்ஜிப்பது போல், இடி இடித்தது. திடுக்கிட்டு விழித்தேன். அறையினுள் சந்துரு வந்து கொண்டிருந்தார். அவருடைய உடையெல்லாம் 'தெப்பமாய்' நனைந்திருந்தது. தலையிலிருந்து தண்ணீர் வழிந்து கொண்டிருந்தது. எனக்கு ஒன்றுமே ஓடவில்லை. அப்படியே இருந்தேன், ஏதோ உரிமை பெற்ற துணிச்சலோடு.

சந்துரு உடை மாற்றிக் கொண்டு, தலையைத் துவட்டிக் கொண்டே, என் பக்கம் வந்தார்; நான் எழுந்தேன். நெஞ்சு படபடவென்று அடித்துக் கொண்டது. ஆனால், முன் மாதிரி ஓடி விட வேண்டும் என்ற பைத்தியக்கார எண்ணம் மனத்தில் உதிக்கவில்லை. அவர் என்ன கேட்டாலும் மனத்தைத் திடப்படுத்திக் கொண்டு, பதிலளித்து விடுவது என்று அசட்டுத் தீர்மானம் செய்து கொண்டேன்.

எதிர்பார்த்ததைப் போலவே, சந்துரு பேச ஆரம்பித்தார்: "இப்படி மழை வருமென்று எண்ணவேயில்லை. திடீரென்று, காற்றும் மழையும் சேர்ந்து கொண்டால்...?"

நான் பேசவில்லை; நின்றேன்.

"ரஞ்சி! என்ன, கடிதத்தைப் பார்த்தாயா?... இன்னுமா வெட்கம்?" என்று என் முகத்தைக் கொஞ்சலாகத் திருப்பினார். அந்த ஸ்பரிசத்தில் ஆயிரம் வருடமாகத் தவம் கிடந்து எதிர்பார்த்த ஆனந்தம் இருந்தது.

“உம்” என்று ஆமோதித்தது, என் பேதை வாய்.

“அப்படியானால், நாளை இரவு புறப்படலாமல்லவா?”

அவருடைய குரலில் உற்சாகமும் தைரியமும் தொனித்தது. “இதற்கும் ‘ஊ’ன்னு சொல்லேன்” என்றார் மீண்டும்.

நான் மௌனம் சாதித்தேன்.

“பேசக் கூடாதா? நான் சொல்வது...?”

மனத்தைத் திடப்படுத்திக் கொண்டு சொன்னேன் என் பதிலை - ஒரு பழமொழி வாயிலாக: “சமாதிக் குழியில் சங்கீதம் பாடினால், சவத்துக்கு என்ன திருப்தி ஏற்படும்? பாடுகிறவருக்காவது திருப்தி ஏற்படும்?”

“அப்போது, உன்னிடம் உணர்ச்சியே இல்லையா?”

“இல்லை!” என்றேன் உரத்து.

“இல்லையாவது! உனக்கு என் மேல் ஆசையிருக்கிறது. உன்னுடைய உடம்பு கூட இதோ புல்லரிக்கிறதே! உனது அவயவங்கள் சந்திரனைக் கண்ட கடலைப் போல்...”

“இருக்கலாம். நீங்கள் மட்டுமென்ன? எந்த ஆணையும் கண்டால், பெண்களுக்கு உடம்பு நெகிழத்தான் செய்யும்.” ஏதோ தீர்க்க முடியாத புதிருக்கு விடையளித்தது போல் இருந்தது, எனக்கு.

“ஆனால், நான் உனக்கு அந்நியனல்ல. உன் உள்ளத்தைக் கவர்ந்தவன்!”

“ஆம், ஒரு காலத்தில்!”

“இப்போதில்லையா?”

“இல்லை. என்னுடைய உள்ளம் வேறொருவருக்கு; அது உங்களுக்கு இல்லை.” எனக்கு அழுது விடலாம் போலிருந்தது.

“மனமாரப் பொய் சொல்கிறாயே? நன்றாக யோசித்துப் பார். உன் மனத்தின் ஒரு சின்ன ஆசை, அங்கேயே பயத்துடன் பதுங்கிக் கொண்டு வெளிக் கிளம்பத் தவிக்க வில்லையா?”

“உங்கள் ஞாபகம் என் வாழ்க்கையில் கலந்து ஐக்கியமாகி விட்டதே! அதைத் தேடிப் பிடித்து...”

“தேடிப் பிடிப்பானேன்? அதனால் தான் என்னோடு வந்து விடு என்கிறேன். ரஞ்சி, என் நிலையை நீ உணர வில்லையா?”

என் மனம் நெகிழ்வுற்றது. சந்துருவின் வார்த்தைகளும், கருணைப் பார்வையும் என்னை மயக்கி விட்டன. அவருடன் நான் போனாலன்றி, என் வாழ்வு இன்பமடையாது என்று ஏதோ சொல்லியது.

“ரஞ்சி, ஏன் பயப்படுகிறாய்?”

“உலகம்?”

“என்னை விடவா, இந்த உலகம் உனக்குப் பெரிதாய் விட்டது?”

நான் தயங்கினேன். சந்துரு என்னைத் தன் கரங்களால், தடவிக் கொடுத்தார். என் கண் முன் சந்துருவே உலகமாய், பெற்றோராய், கணவராய், தெய்வமாய்(!) தோன்றினார்.

“சந்துரு!” என்று என்னை மறந்து கூவிக் கொண்டு அவர் மார்பில் சாய்ந்தேன். மடியிலேறிய குழந்தையைத் தடவுவது போல், என்னை அவர் தடவிக் கொடுத்தார். என் கண்களிலிருந்து கவனிப்பற்ற கண்ணீர் வழிந்து கொண்டிருந்தது.

இப்படியே எவ்வளவு நேரம் இருந்தேனோ, எனக்கே தெரியாது. திடீரென்று, “மன்னி, குடை ஒடிஞ்சி போச்சி” என்ற மீனியின் குரல் மாடியிலிருந்த என் காதில் விழுந்தது.

சந்துருவிடமிருந்து விடுபட்டுக் கொண்டு, ‘விறுவிறு’ என்று வெளிவந்தேன்.

“நாளை இரவு - மறந்து விடாதே!” என்று நினைவு மூட்டினார், சந்துரு.

என்னுடைய மலர்ந்த புன்னகை அவருக்குப் பதில் அளித்தது!

அத்தியாயம் : 14

"நாளை இரவு! நாளை இரவு நான் எங்கிருப்பேன்?"

படுக்கையில் படுத்துப் புரண்டு கொண்டிருந்த என் மனத்தில் பலவாறான எண்ணங்கள் உருண்டு கொண்டிருந்தன:

"இதோ, பக்கத்தில் கணவர் படுத்திருக்கிறார். நாளை இரவு இவருடைய பக்கத்தில் எந்தப் புண்ணியவதி தூங்கப் போகிறாள்? நாளையாவது, அவர் தூங்கவாவது! மனைவியைச் சோரமிழைத்துப் போனதாக நண்பனையும், பதித் துரோகம் பண்ணியதாக என்னையும் கடிந்து கொள்வார். இரவு படுக்கைக்குப் போகு முன், அவருக்குப் பால் கொடுப்பது யார்? அப்பா! நான் போய்விட்டால், அவர் மனம் என்ன பாடுபடும்! துணையை இழந்த அன்றிலைப் போல, மானந் தாளாது தற்கொலை புரிந்தால்? அதை நினைக்கவே பயமாயிருக்கிறதே! அப்போது, நான் கொலைகாரியும் ஆகி விடுவேன். அந்தப் பாவமும் என்னைச் சேரவா? சே! இவர் என்ன அவ்வளவு பலமற்றவரா? நினைத்தால், வேறு கல்யாணம் முடித்துக் கொள்ளுகிறார். ஒரு வேளை பண்ணாவிடில்? என்னையே நினைத்து நினைத்து வாழ்நாளெல்லாம் வீண் நாளாக்குவாரா?"

என் மனம் கிடுகிடுத்தது. மெதுவாகப் புரண்டு படுத்துக் கொண்டேன்: "நான் எந்தத் துன்பத்துக்குப் பயந்து ஓடிப் போகிறேனோ, அதே துன்பத்தை அவரிடம் விட்டுச் செல்லுகிறேன். என்னதான் இருந்தாலும் அவர் ஆண்பிள்ளை!" என்று என் மனத்தைத் தேற்றினேன். என் நினைப்பைச் சவுக்காலடித்தது போல, எங்கோ இருந்த ஒரு ஆந்தை பயங்கரமாய் அலறிற்று. இருளின் நிசப்தக் குலைவு

என் நெஞ்சில் பயத்தை உண்டாக்கியது. அதையொட்டி, பக்கத்து வீட்டு மொட்டை மாடியில் இரண்டு பூனைகள் ஒன்றோடொன்று சண்டையிடும் 'காச்' 'மூச்' என்ற விகாரக் குரல்கள் என் மனத்தின் பேதலிப்பைப் பெரிதாக்கியது. காதுகளை இறுக மூடிக் கொண்டு தூங்க முயன்றேன். ஆனால், தூக்கம் வந்தால் தானே!

அமைதிப் பாதையிலே, என் குருட்டுச் சிந்தனை மீண்டும் தள்ளாடித் தள்ளாடி நடக்க முயன்றது.

''மீனி! அவளை விட்டுப் பிரிந்து செல்வதா? புக்ககத்தில் என் துயரை மறக்கடித்த தெய்வச் சிலையை விட்டு விட்டு, இந்த பக்தை எங்கோ கண்காணா மூலைக்கு, காதலுக்காக ஓடுவதா? நான் போய்விட்டால், அவளுக்கு காலையில் காப்பி கொடுப்பது, கணக்குப் போட்டு கொடுப்பது யார்? 'மன்னி! உன்னோடே டூ விட்டிடுவேன்' என்று இனி யாரைப் பார்த்து அவள் சொல்வாள்? நான் போன பின் அவளுடைய அண்ணாவிற்கு ஒரு புது 'மன்னி' வந்தால், அவள் தான் இவளுக்குப் பிடிக்கப் போகிறாளா? இந்த வீடை விட்டுப் போய்விட்டால், வாய் திறந்து பேசும் அந்தக் குழந்தைத் தெய்வத்தின் கிளிமொழிகளை யாரிடம் கேட்பது!''

என் கண்களில் என்னையுமறியாமல் கண்ணீர் துளித்தது. கடை விழியோரமாக வழிந்தோட, அது முனைந்து நின்றது. மீனியிடம் எனக்குள்ள ஈடுபாடுதான் என்னை இப்படிக் கலங்க வைக்கிறது. போகிற இடத்தில், இவள் மாதிரி ஒரு மீனி அகப்படப் போகிறாளா?

என் கண்களில் தூக்கம் வருவேனா என்று முரண்டு பிடித்துக் கொண்டிருந்தது. கருமேகத்திடையே வெட்டி வெட்டி மறையும் மின்னலைப் போல, நினைவுகள் தோன்றித் தோன்றி மறைந்தன.

"அதோ, அந்தப் பக்கத்து அறையில் தான் சந்துருவும் தூங்கிக் கொண்டிருப்பார். தூங்கவாவது? தனது இன்பக் காதலியாகிய என்னோடு, எப்படி யெல்லாம் வாழ்க்கை நடத்துவது? எப்படி யெல்லாம் பேசுவது? எப்படி யெல்லாம் சந்தோஷப்படுத்துவது? - என்றெல்லாம் வெற்றி வெறியில் விழித்துக் கொண்டு மனக் கோட்டைகள் கட்டிக் கொண்டிருப்பார். நாளை, நான் அவருடைய சுவீகார மனைவியாய் விடுவேன். சமூகத்தை எதிர்த்தோ, அதற்குப் பயந்தோ நான் அவருடன் ஓடிப் போய் விடுவேன். அப்போது, இந்த வீடு...?"

என் கலங்கிய மனத்தின் எதிரொலிப்பாக, நீண்ட பெருமூச்சுகள் வந்தன. மெதுவாகக் கண்களும் உறுத்த ஆரம்பித்தன; பின் அயர்ந்தன. எப்படியோ தூங்கிப் போய் விட்டேன்.

காலையெழுந்தவுடன் என்ன குதூகலம் எனக்கு! இரவு கண்ட கனவுகள், எவ்வளவு இன்பகரமானவை! சந்துருவுடன் கைகோத்துக் கொண்டு, குற்றாலத்து அருவியிலே குளித்து விளையாடுவது, தன்னை மறந்து, சொக்கட்டான் ஆடுவது, எங்கள் குழந்தைக்கு நிலாவைப் பிடித்துக் காட்டிக் கொஞ்சுவது, அதற்கு "மீனி!" என்றும் பெயரிடுவது! - அப்பா! இன்னும், எத்தனையோ விதமான கனவுகள்.

இன்பக் கனவுகள் மனித உள்ளத்திற்கு எவ்வளவு ஆனந்தம் ஊட்டுகின்றன தெரியுமா? பிச்சைக்காரன் ஒருவன் அறுசுவை உணவு உண்டதுபோலக் கனவு கண்டால் போதும். சாப்பிட்டது போலவே, மகிழ்ந்து விடுகிறான்.

என் நிலையும் அப்படித்தானிருந்தது. சந்துருவுடன் இனிய வாழ்க்கை நடத்தப் போகிறோம் என்ற தீவிரமான எண்ணம்

அன்று முழுவதுமே எனக்கு முழு உற்சாகத்தை ஊட்டிற்று. என்றைக்குமில்லாதபடி, அன்று மிகவும் உற்சாகத்துடன் தான் வேலைகள் செய்தேன்.

வேலை செய்யும் உவகையில், சந்துருவை மீண்டும் தனியே காணக் கூட, எனக்குச் சௌகரியப் படவில்லை. "இப்போதென்ன சந்திப்பது? நாளை முதல், அவரோடுதானே இருக்கப் போகிறேன்" என்று மகிழ்ந்தது, விடுதலையின் சுவையைக் கனவு கண்ட என் மனம்.

அன்றையப் பகல் பொழுது எப்படிக் கழிந்ததென்றே தெரியவில்லை. மாலையில், கணவர் ஆபீசிலிருந்து வரும் போது நிறையச் சண்பக மலர் வாங்கி வந்திருந்தார். வழக்கம் போலவே, அன்றும் அவர் தன்னுடைய கையாலேயே, என் கொண்டை வளைவில் வில் போலச் சூட்டினார். என்றைக்குமில்லாதபடி, அன்று மிகவும் அழகாக உடை தரித்துக் கொண்டேன். எத்தனையோ நாள் மறந்திருந்த சுகம் அவயங்களில் தளிர்விட்டது போலிருந்தது.

மேற்கே இருள் கவிந்தது.

கீழ் வானத்தில் சுக்ல பக்ஷத்து நிலா வட்டம் முகங்காட்ட ஆரம்பித்தது.

நேரம் நெருங்க நெருங்க மனத்திலே பீதி மீண்டும் உருவாக ஆரம்பித்தது. எல்லாப் பிடிப்பையும் அறுத்தெறிந்து விட்டு, தூர லட்சியத்தை நோக்கி நெடுவழியில் செல்லப் போவதாக, என் மனம் பயந்தது.

மாடிக்கு ஏறிச் சென்றேன். கணவரின் அறையிலுள்ள விளக்கை ஏற்றினேன். கீழே மீனி உரக்கச் சத்தப் போட்டுப் பாடம் படித்துக் கொண்டிருந்தாள்.

கணவரும், சந்துருவும் வெளியே உலாவச் சென்றிருந்தார்கள்.

என் மனம் மீண்டும் பதற ஆரம்பித்தது. கிணற்றில் நீரிறைக்கும் வாளி முக்கால்வாசி தூரம் வந்த பின் அறுந்து விழுந்து, கிணற்றில் மூழ்குவது போல, என் பிரயாணமும் ஆகி விட்டால்? சே! இந்த மாதிரிச் சிந்தனைகளுக்குத் தனிமை தான் காரணம். சந்துரு மட்டும் இப்போதிருந்தால்-?

“சந்துரு வந்துவிட மாட்டாரா? எப்படிக் கிளம்புவது என்பதையெல்லாம் அவரிடம் கேட்க வேண்டுமே” என்ற துடிப்பிலிருந்தேன் நான்.

நினைத்தபடியே, சந்துருவும் சிறிது நேரத்தில் வந்தார். ஆம், அறையினுள் தனியாகத்தான் வந்தார். கூடச் சென்ற என் கணவரை எப்படியோ ஏய்த்து விட்டுத்தான் வந்திருக்க வேண்டும்.

“ரஞ்சி!” என்றார், சந்துரு. என்னைக் கட்டிய கணவர் கூட, அவ்வளவு அன்பாய் இதுவரையில் கூப்பிடவில்லை போலிருந்தது.

கையிலணிந்த வளையல்களை உருட்டிக் கொண்டே நின்றேன்.

மனத்தில் தோன்றிய பயம் கோர உருவம் எடுக்கத் தொடங்கியது. என்னுடைய சிந்தனையிருளில், திடீரென்று ஒரு மின்னல் - “சந்துருவுடன் நான் போகாவிட்டால் தான் என்ன?”

மிரண்ட என் கண்கள் நாற்புறமும் சுற்றிப் பார்த்தன. சுவரில் தொங்கிய அந்த 'கப்பிள் போட்டோ' தான் என் பார்வையில் பட்டது. அந்தப் படத்தில் தான் நான், கட்டிய கணவரின் தோளோடு எப்படி இடித்துக் கொண்டு நிற்கிறேன்? அப்படிப்பட்ட கணவரையா பிரிந்து செல்வது? என் மனம் பேதலித்தது. அதோ ஏற்றி வைத்த விளக்கின் பாதத் தடியில் இருக்கிறதே, அந்தத் திருமங்கல்யச் செப்பு! ஆம், அதில் தான் என் கழுத்தில் இப்போது கிடக்கும் தாலி அமர்ந்திருந்தது. அந்தப் புனிதப் பேழையிலிருந்து தானே அதை எடுத்து என் கழுத்தில் கட்டினார்? அதற்குத் துரோகம் நினைக்கவா?

என் மனம் அலை பாய்ந்தது.

சந்துரு என் முகத்தில் தோன்றிய வியப்பை உணர்ந்து விட்டாரோ, என்னவோ!

"ரஞ்சி, என்ன திகைக்கிறாய்? புறப்படு- ம்...?"

நான் பதில் சொல்லவில்லை. அகலிகையிடம் காதல் பிச்சை கேட்கும் இந்திரனின் நினைவு வந்தது. அதை நினைக்கவே என் உடம்பு கிடுகிடாய்த்தது; நடுங்கினேன்.

கீழே பாடம் படித்துக் கொண்டிருந்த மீனியின் குரல் தெளிவாகக் கேட்டது: "பொன்மானைப் பிடித்துத் தரத்தான் வேண்டும் என்று சீதை பிடிவாதம் பிடித்தாள். ராமனும் மானைப் பிடிக்க ஓடினார். சிறிது நேரத்தில், 'சீதா லக்ஷ்மணா அபயம்' என்ற குரல் கேட்டது. அண்ணனைக் காப்பாற்ற, லக்ஷ்மணன் ஓடினான். இந்த நேரத்தில் இராவணன் கபட சந்நியாசியாக வேடம் தரித்து சீதையிடம் வந்து பிச்சை கேட்டான். பிச்சை போட்ட சீதையைத் தூக்கிக் கொண்டு, ஆகாய மார்க்கமாய்..."

எனக்கு, மேலே கேட்கப் பிடிக்கவில்லை. "சீதையை அபகரிக்க வந்த இராவணன் போலவா, சந்துரு வந்திருக்கிறார்? இல்லை - அகலிகையைக் கற்பழிக்க வந்த இந்திரனாக வந்திருக்கிறாரா?" என்று விவரமற்றுப் பீதியடைந்த என் மனம் சிந்தித்துப் பார்த்தது.

மனக் குகையில் இருளிலே மீண்டும் ஒரு பளீர் மின்னல்! என் ஞான சூன்ய இருள் மங்கி மடிந்ததாகத் தோன்றியது.

என் கண் முன்னே பல உருவங்கள். எத்தனையோ வருடம் தீவாந்திர சிறைவாசத்திலும், தன் கற்பு நெறி தவற விடாத சீதாதேவி, எமனையே தொடர்ந்து சென்று அவனை வெற்றி கொண்ட சாவித்திரி, உலகத்தை உய்விக்கும் சூரிய பகவானையே, "உதிக்காதே!" என்று வீர ஆக்கினையிட்ட நளாயினி, கற்புத் தீயினால் மதுரை நகரையே சுட்டெரித்த கண்ணகி - எல்லோருடைய முகங்களும் என் கண் முன் நின்று கொண்டு, "போகாதே! போகாதே!" என்று தடுத்து நிறுத்தின.

என் பஞ்சை மனத்திலும் ஒளியுண்டாயிற்று. "ஆம்; யுகாந்திர காலமாக, பெண்ணினம் தங்கள் கற்பு நெறியைத் தான், பெண்மை நலனைத்தான் பேணி வந்திருக்கிறார்கள். இந்தப் புண்ணிய பூமியின் தாய்மார்கள் பெண்மையை இத்தனை நாள் போற்றி வந்ததனால் தான் இன்று இவ்வுலகமே நிலைத்து நிற்கிறது. யுகாந்திர காலமாகக் காக்கப்பட்டு வந்த பெண்மையின் தியாகச் சரித்திரத்தை இந்தப் பாவியின் காதலுக்காக மாசுபடுத்துவதா? முடியாது!"

குழைந்து சாய்ந்த என் மனக்கொடி மீண்டும் நிமிர்ந்தது.

சந்துரு கேட்டார்: "ரஞ்சி, வரவில்லையா?"

“ஆம்” என்றேன், முரட்டுத் துணிவோடு. சந்துருவின் உடல் நடுங்கியது.

“என்ன, பைத்தியம் பிடித்து விட்டதா?”

“அதெல்லாமில்லை. என்னுடைய காதலுக்காக, பெண்மையைக் களங்கம் செய்ய மாட்டேன். யுகாந்திர காலமாகக் காப்பாற்றப்பட்டு வந்த திரவியம், இந்தப் பாவியால் கொள்ளை போக வேண்டாம்.”

“அப்போது நீ வரமாட்டாயா?” அவர் குரல் நடுங்கியது.

“ஆம், வர முடியாது. முடியவே முடியாது!” என் தொண்டையில் இரும்புக் குண்டை வைத்து அடைப்பது போல இருந்தது.

“உனது அன்பின் மேல் நம்பிக்கை வைத்ததற்கு, இது தானா உனது கடைசி வார்த்தை?”

“ஆமாம்.”

“அப்படியானால், உனது அன்பு?”

“செத்து விட்டது என்று வைத்துக் கொள்ளுங்கள்.”

அதற்கு மேல் என்னுடைய உணர்ச்சிகளைத் தாங்க முடியவில்லை. அப்படியே விக்கி விக்கி யழுதேன், பாவ மன்னிப்புக் கோரும் கொலையாளியைப் போல.

சிறிது நேரங் கழித்து, கண்களைத் துடைத்துக் கொண்டு, தலை நிமிர்ந்தேன். சந்துருவைக் காணவில்லை. மேஜை மீது அவர் பொருத்திப் பொருத்திப் பார்த்த, அந்த வளையல் துண்டுகள், தாறுமாறாய்க் கிடந்தன. என்ன முயன்றாலும் உடைந்த வளையல் துண்டுகளை ஒன்று சேர்க்க முடியுமா?

என் மனத்தில் வெற்றிக் களி தாண்டவமாடியது. சஞ்சலத்தால், என் மனத்தில் பின்னப்பட்ட கருந்திரை கிழிபடப் போவது போலத் தெரிந்தது.

அறையை விட்டு வெளியே வந்து மாடி வராந்தாவில் நின்றேன். மனத்தில் சாந்தியும் இல்லை, சலனமும் இல்லை; புயல் ஓய்ந்த கடல் அமைதியைப் போல மனமிருந்தது.

வராந்தாவில், வானிலேறிய வெண்ணிலவின் பால் ஒளி அமிர்த மழை பொழிந்து கொண்டிருந்தது.

சந்திரனின் ராஜ நடையிலே மனத்தை லயிக்க விட்டு அண்ணாந்து நிமிர்ந்தேன்.

வானத்தில் வெள்ளிப் படகு போல, சுக்லபக்ஷத்துப் பிறை மிதந்து சென்று கொண்டிருந்தது. படகைச் சுற்றி வைடூரிய மணிகளைப் போல, மினுங்கிக் கொண்டிருந்தன தாரகைகள். சந்திரனை மூழ்கடித்து, மறைந்திருந்த கருமேகம் விலகி வெகு விரைவாகச் சென்று கொண்டிருந்தது.

தியாகச் செம்மை துலங்கும் என் மனம், பெருமிதத்தால், வானலோகம் வரையிலும் நிமிர்ந்து நின்றது.

“அதோ சிதறிக் கிடக்கின்றனவே, தாரகை மணிகள் - அவற்றில் அந்தக் கற்புக்கரசி அருந்ததி எங்கு இருக்கிறாளோ?

ஆம், கற்புக் கனல்களெல்லாம் உலகத்துச் சூழ்நிலைக்குள்ளும், அதற்கு அப்பாலும் நின்று ஒளி வீசுகிறார்கள். சீதைக்குக் காவிய மாளிகை கட்டிக் கொலு அமர்த்தினான் கம்பன்; கண்ணகிக்குக் கோயில் கட்டிக் கைதொழுதான் சேரன்; அருந்ததிக்கு வானிலே இடங்கொடுத்தான் ஈசன். ஆம், இன்றைய என்னுடைய வெற்றி மகத்தானதுதான். கற்பு மகளிரின் தோளோடு தோள் நிற்கும் பாக்கியம் அல்லவா நான் பெற வேண்டும்? அருந்ததியைப் போல, இந்த உலகின் அந்தகாரத்தில் நானுமல்லவா ஒளி விட வேண்டும்!''

ஜில்லென்ற ஒரு உணர்ச்சி, என் தோள்ப்பட்டையில் குளிர்ந்து ஓடியது. திரும்பினேன்; என் கணவர் நின்று கொண்டிருந்தார். என் மலர்ந்த புன்னகை அவரை வரவேற்றது.

''ரஞ்சி! வானிலே என்ன அவ்வளவு லயிப்பு? வான சாஸ்திரம் பயில்கிறாயா?'' என்றார் கணவர்.

''ஆமாம்'' என்றேன் நான்.

முற்றும்.

★ ★ ★

www.ingramcontent.com/pod-product-compliance
Lightning Source LLC
LaVergne TN
LVHW051021051026
849532LV00004BA/1316
9788199034365